மீண்டும்
ஜென் கதைகள்

கவிஞர் புவியரசு

கண்ணதாசன் பதிப்பகம்

23, கண்ணதாசன் சாலை,
தியாகராய நகர்
சென்னை - 600 017
தொலைபேசி : 24332682
மதுரை ❖ கோவை ❖ பாண்டி

முதற் பதிப்பு : நவம்பர், 2000
பதினேழாம் பதிப்பு : ஜீன், 2017
பதினெட்டாம் பதிப்பு : மார்ச், 2022

Copyright © 2001 - Kannadhasan Pathippagham

E-mail: sales@kannadasan.co.in
Our Website: www.kannadasan.co.in

பதிப்பாசிரியர் : காந்தி கண்ணதாசன்

எச்சரிக்கை

காப்பிரைட் சட்டத்தின்கீழ் பதிவு பெற்றுள்ள இந்நூலில் இருந்துஎப்பகுதியையும் முன் அனுமதியின்றி பிரசுரிக்கக்கூடாது. தவறினால் சிவில், கிரிமினல் சட்டங்களின்படி நடவடிக்கை எடுக்கப்படும்.

No part of this book may be reproduced or transmitted in any form or by any means electronic or mechanical including photocopying or recording or by any information storage and retrieval system without permission in writing from Gandhi Kannadhasan, B.A., B.L. Chennai.

Price Rs: 160/-

"MEENDUM ZEN KADHAIGAL"
A Collection of Zen Stories

- Compiled and Written By : **Kavingar PUVIYARASU**
- Eighteenth Edition : March 2022
- Publishing Editor : **GANDHI KANNADHASAN**
- Published By : Kannadhasan Pathippagham
  23, Kannadhasan Salai,
  Thiyagaraya Nagar, Chennai - 600 017.
  Ph: 044-24332682 / 8712 / 98848 22125

ISBN: 978-81-8402-169-1

Books available at :

- No. 1212, Range Gowder Street, Coimbatore - 641 001.
  Ph : 0422-4980023, Cell : 9884822139
- No. 1, Annai Complex, III Street, Vasantha Nagar,
  Madurai - 625 003. Ph : 0452-4243793, Cell: 9884822126
- No. 37, Bharathy Street, Puducherry - 605 001.
  Ph : 0413-4201202, Cell : 9884822128

Printed at : Kannadhasan Pathippagham, Chennai.

புரியாத எளிமை!

'ஜென்' என்பது சகல தத்துவ ஞானங்களையும் கடந்தது என்று சொல்லும்போது, அது ஏதோ, யாருக்குமே விளங்காத அபூர்வமான 'அப்பாலைத் தத்துவம் போலத் தோன்றுகிறது.

உண்மை அதுவல்ல. இது மிகமிக எளியது. மிக எளியதாக இருப்பதாலே, மிக இயல்பானதாக இருப்பதாலேயே இது நமக்கு மிக அரியதாக, புதிரானதாகத் தோன்றுகின்றது!

எல்லாவற்றையுமே நாம் சிக்கலாக்கி விட்டோம். அந்தச் சிக்கலில் சிக்கி, விடுபட முடியாமல் நாம் மாட்டிக்கொண்டு விழிக்கிறோம். அதன் காரணமாகவே மிக எளிதானது நமக்கு விளங்காமல் போய்விடுகிறது!

ஒருவர் தம்முடைய சுயத்தை அறிவதுதான் ஜென். சுயத்தை எங்கே போய்த் தேட முடியும்? அது ஒவ்வொருவரிடமும் இயல்பாய் இருப்பது அல்லவா?

மனிதர்கள் இயல்பாக இல்லாததால், தம் இயல்மை அஃறிவதே அரிதாகி விடுகின்றது!

நமது சித்தர்கள் சொன்ன 'தன்னைத் தானறிதல் தான் அது

'உன்னையே நீ அறிவாய்!' என்று மகாஞானி சாக்ரடீஸ் சொன்னதும் அதுதான்.

'தன்னிலையே நில்லு! தானே
தனிச் சச்சிதானந்தம் ஆம்!'

என்று தாயுமானார் சொன்னதும் அதுவே!

மனம் செய்யும் சித்து விளையாட்டில் நாம் நம்மை நாமாக அறியாமல் வேறொன்றாய், வேறொருவராய் அறிவதில் குழப்பமே மிஞ்சுகிறது. நமக்கும் நமக்கும் இடையில் கனத்ததிரை விழுந்து கிடக்கிறது. இது உலகம் போட்ட திரை. நாமே சம்மதித்துப் போட்டுக் கொண்ட திரை. மரம் இறுகிக் காலத்தால் கல்லாகி விடுவது போல, மனத்திரை இறுகி இரும்புத் திரையாகி நிலைத்து விடுகிறது. அது நீக்கப்பட வேண்டிய துணித்திரை அல்ல; உடைக்கப்பட வேண்டிய இரும்புத்திரை. உடைக்க நமக்குச் சக்தியில்லை. நமக்குள் அப்படி ஒரு திரை விழுந்து, சுயத்தை மூடிக்கிடக்கிறது என்பதை நாம் உணர்ந்து கொள்வதே இல்லை என்பதுதான் பரிதாபமானது. நாம் உணர்ந்த மாத்திரத்தில் அது உடைந்துவிடும்!

திரை அகற்றப்படுமானால், உடைத்துத் தகர்க்கப்படுமானால் கிடைக்கும் தரிசனம் என்ன?

"நான் என்று நீ என்று
இரண்டில்லை என்னவே
நடுவே முளைத்த மனதைக்
கட்ட அறியாமலே வாடினேன்.
எப்போது கருணைக்கு
உரித்தாவனோ?"

என்று அழகாகச் சொல்கிறார் தாயுமானார்.

தன்னைத் தானறிதலுக்குப் பாதைகள் இல்லை; வாயில்கள் இல்லை; கதவுகள் இல்லை; சாத்திரங்கள் இல்லை; சூத்திரங்கள் இல்லை. தானே தன்னை, தன்னியல்பை அறிவதற்கு, உணர்வதற்கு ஒருவர் தம்மையே பார்ப்பது, படிப்பது தவிர வேறு எந்த மார்க்கமும் இல்லை.

தன்னை உணர்ந்தவனே ஞானி. எதை எதையோ அறிந்தவன் அல்ல.

தன்னைக் காண ஒருவருக்கு சொந்தக் கண்கள் வேண்டும். இரவல் கண்கள், இரவல் தத்துவங்கள், மற்றவர் உபதேசங்கள் பயன்படா.

"நினைவில் வையுங்கள்! புத்தர் ஓர் அற்புதம் என்றோ, சோசன் ஓர் அற்புதம் என்றோ நான் சொன்னதே இல்லை - நீங்கள் தாம் அற்புதம்! அவர்கள் எதை அடைந்திருந்தாலும் சரி, அது மிகச் சாதாரணமானது! அதை ஒவ்வொருவரும் அடைய முடியும். அதைப் பற்றி இரகசியம் பேசுவது எதற்காக? புத்தர் எதார்த்த நிலையைக் கண்டுணர்ந்தார் என்றால், அந்த எதார்த்தம் உங்கள் முன்னாலும் இருக்கிறது! அதை உணர்வதை ஓர் அற்புதம் என்று பெரிய அதிசயமாகப் பேசுவது எதற்காக? ஒன்றும் இல்லை. அது சாதாரண விஷயம்!

"எதார்த்த நிலை உங்கள் முன்னால் இருப்பது போலத்தான் ஒரு புத்தர் முன்னாலும், ஓர் எருமையின் முன்னாலும் இருக்கிறது! அற்புதம் நீங்கள்தாம்! நீங்கள் அதைத் தவற விட்டுவிட்டீர்கள். வாழ்க்கை முழுவதும் அதை அறியாதபடிக்கு ஓர் பூரணமான உத்தியை நீங்கள் கண்டுபிடித்துக் கொண்டீர்கள்! அதற்கு அந்த எதார்த்த நிலை என்ன செய்யும்? முன்னால் இருக்கும் அதைப் பார்க்காமலேயே நீங்கள் தொடர்ந்து போய்க் கொண்டிருக்கிறீர்கள். என்ன தந்திரம்! எப்படித்தான் இப்படிச் செய்கிறீர்களோ!"

- என்று அதிசயப்படுகிறார் ஓஷோ.

"அற்புதம், ஞானம் பெறுவதல்ல. சுயஞானம் பெறாமலிருப்பதுதான்", என்கிறார் அவர்!

வீணாக எதை எதையோ தேடி அலையாமல், எது எதிலோ சிக்கிக் கொள்ளாமல் சுயத்தை அறியும் கலையை நமக்கு உணர்த்துகின்றன இந்தக் கதைகள்.

முன்பு வெளிவந்த ஜென் கதைகளுக்குக் கிடைத்த வரவேற்பின் காரணமாக 'மீண்டும் ஜென் - கதைகள்' வெளிவருகின்றது. ஜப்பானிய, பிரிட்டிஷ், அமெரிக்க நூல்கள், படக் கதைப் புத்தகம் முதலியவற்றிலிருந்து இந்தக் கதைகளைத் திரட்டி என் மொழியில் சொல்லியிருக்கிறேன். இரண்டு மூன்று கதைகள் மட்டுமே ஓஷோவின் நூல் ஒன்றிலிருந்து எடுக்கப்பட்டன.

'ஜென்'னை உலகளாவிய அளவில் எடுத்துச் சென்றுள்ள ஓஷோவை வழிபடுகின்றேன்.

தரமான நூல்களைத் தொடர்ந்து வெளியிடும் நண்பர் காந்தி கண்ணதாசன் அவர்களின் துணிவுக்குத் தலை வணங்குகின்றேன்.

- புவியரசு

உள்ளே...

1. ஜென் என்றால் என்ன? - 9
2. நீ. நான் தான் - 11
3 சுமந்து திரி - 13
4. இன்னுமா சுமக்கிறாய் - 14
5. நரகத்தில்... - 17
6. மௌனகுரு வணக்கம்! - 18
7. ஒரு சொட்டுத் தண்ணீர்ச்சாமி - 23
8. பேசாமல் விளங்கும் தானே! - 25
9. குப்பையில் கிடைத்த வைரம் - 27
10. அவசரமே தாமதம் - 33
11. அச்சம் தவிர்! - 35
12. மனக்குரங்கு... - 37
13. தலையும் வாலும் - 39
14. தவளைக்காகப் பாம்பு - 42
15. அப்புறம் எங்கே? - 44
16. வாளல்லாத வாள் - 46
17. வெளிப்படையாக இரு! - 48
18. நரகத்தீயில்... - 50
19. 'நொடி'யைப் பிடி - 54
20. கொடி மரத்தைக் கவனி! - 56
21. சொர்க்க வாசல் - 59
22. இதுவும் ஒன்றுமில்லை - 62
23. புத்தம் சரணம்! - 64
24. ஞானியின் கடைசிக் கவிதை - 66
25. நிலா. நிலா - 69
26. 'சுட்டு' அற... - 71
27. மணி வாசகம்! - 73
28. 'ஜென்' கோப்பை! - 76
29. பற்று - 78
30. சொற்கள்? - 80
31. சொல்லுக்கடங்காவே - 82
32. அந்தக விளக்கு! - 85
33. எப்போதும் அழுதவள் - 87
34. அம்மாபிள்ளை ஞானி - 89
35. இனிக்கும் 'இன்று!' - 94

7

36.	'தகப்பன் சாமி'	-	97
37.	கருமி குரு	-	100
38.	தேநீரில் கரைந்த கள்ளமனம்	-	105
39.	சுத்த மௌனம்	-	109
40.	ஜென் வாயில்	-	112
41.	உள்ளதை உள்ளபடி...	-	114
42.	பேசரிய பொருள்!	-	117
43.	எனக்காக நீ...	-	120
44.	பெற்றது!	-	122
45.	கைவிளக்கு	-	124
46.	நான் அற்றபோது...	-	130
47.	நஞ்சாகும் மருந்து	-	134
48.	உன்னில் உன்னை...	-	136
49.	ஒன்றில் ஒடுங்கும் எல்லாம்	-	139
50.	அவரவர் வேலையை...	-	142
51.	தர்க்கத்திற்கு அப்பால்	-	144
52.	அமைதி?	-	148
53.	ஒரு சொல்!	-	150
54.	நன்றியின் மறுபக்கம்	-	152
55.	தலைக் கனம்!	-	154
56.	குட்டை, நெட்டை	-	156
57.	பட்டமரம்!	-	159
58.	அவரவர் பார்வை	-	158
59.	போக்குவரத்து?	-	161
60.	இசுன் புறப்பாடு!	-	162
61.	சீன ஜென்குரு கசுவானின் 10 காளைகள்	-	163
62.	காணாமல் போன காளையை தேடி	-	165
63.	காலச்சுவடுகள் கண்ணில் பட்டன	-	167
64.	காளை இருப்பதைக் கண்டபோது...	-	169
65.	மாட்டைப்பிடிக்க முயன்றபோது...	-	171
66.	காளையை அடக்கிக் கட்டிப் போட....	-	173
67.	எருதின் மேலேறி இல்லம் நோக்கி	-	175
68.	காளை இனிமேல் அமைதி கொள்ளும்	-	177
69.	ஆழ்ந்து செல்லும் அகமும், காளையும்	-	179
70.	சமயத்தின் ஆதி இருப்பைத் தேடி....	-	181
71.	உலக மக்களில் நான் ஒருவனாக...	-	183

ஜென் என்றால் என்ன?

கடலில் வாழ்ந்து கொண்டிருக்கும் ஒரு சின்ன மீனுக்கு நீண்ட நாளாக ஒரு சந்தேகம்.

'கடல், கடல் என்று பேசிக் கொள்கிறார்களே, அப்படி யென்றால் என்ன?' என்பதுதான் அதன் சந்தேகம். அதைத் தெளிவுபடுத்திக் கொள்ள ஒரு பெரிய மீனிடம் சென்று கேட்டது.

"கடல் என்றால் என்ன? அது எங்கே இருக்கிறது? எப்படி இருக்கிறது?" என்று கேட்டது.

"அதுதான் உன்னைச் சூழ்ந்திருக்கிறது. அதற்குள்தான் நீ இருக்கிறாய்!" என்றது பெரிய மீன்.

"ஆனால், அது எனக்குத் தெரியவில்லையே!" என்றது சின்ன மீன்.

"நீ அதற்குள் இருப்பதால்தான் உனக்குத் தெரியவில்லை. நீ பிறந்ததும் கடலில், வாழ்ந்து கொண்டிருப்பதும் கடலில், உன்னைச் சுற்றி இருப்பதும் கடல், உனக்குள் இருப்பதும் கடல். உனது தோலைப் போல் அது உன்னை விட்டு நீங்காமல்

சூழ்ந்திருக்கின்றது. நீ பிறந்து வாழ்ந்து மறையப் போவதும் இந்தக் கடலில்தான். அதற்குள் இருப்பதால் அது தெரியவில்லை", என்றது பெரிய மீன்.

நாம் இயல்பாக ஜென்னில்தான் இருக்கிறோம். அதாவது நம் இயற்கை, இயற்கையான இயல்புதான் ஜென்.

அதை நாம் உணர்வதில்லை என்பதுதான் பரிதாபத்திற் குரியது. தன் சுயத்தை அறிவது ஜென்.

"உள்ளும் புறம்பும் உலாவிய ஒரு பொருள்"

— அருணையர்

நீ, நான்தான்

'ஐயோ, நான் எவ்வளவு அற்பமானவன்; என்னை அந்தப் பெரிய அலைகள் பாய்ந்து வந்து அமுக்கி அழித்து விடுகின்றனவே,' என்று மிகவும் வருத்தப்பட்டது ஒரு சிற்றலை.

அப்போது ஒரு பெரிய அலை பாய்ந்து வந்தது.

'ஐயோ!' என்று அலறியது சிற்றலை.

"உன் முகத்தை நீ பார்த்ததில்லையா; உண்மையான உன் முகத்தை?" என்று கேட்டது பேரலை.

"இல்லை. நான் யார்? நான் ஒரு அலைதானே?" என்று கேட்டது சிற்றலை.

"நீ அலைதான். ஆனால் அலை உன் வடிவமல்ல. அது ஒரு தற்காலிக வடிவம். நீ தண்ணீர்."

"தண்ணீரா?"

"ஆம். தண்ணீர். என்னைப்போல. என் வடிவமும் தற்காலிக வடிவம்தான். அடிப்படையில் நானும் தண்ணீர்தான்.

உன்னைப்போல. வீணாக நீ கவலைப்படுகிறாய். குழப்பமடைகிறாய். உன் உண்மையான நிலையை, அடிப்படையை உணர்ந்தால் அச்சம் இல்லை; அவலம் இல்லை."

"அப்படியா? நீயும் நானும் ஒன்றா?"

"ஆம்! மாபெரும் இயற்கையின் வெவ்வேறு தற்காலிக வடிவங்கள். அடிப்படையில் எல்லாம் ஒன்றே. கவலை விடு." என்றது பேரலை.

உலகின் அனைத்துப் பொருள்களும், உயிர்களும் ஆதி இயற்கையின், மூல அடிப்படையின் வெவ்வேறு வடிவங்களே. பிரிவினை எண்ணமே நம் ஆசா பாசங்களுக்கும், அச்சம் கவலைகளுக்கும் காரணம்.

"அங்கிங் கெனாதபடி எங்கும் பிரகாசமாய்
ஆனந்த பூர்த்தியாகி அருளொடு நிறைந்தது."

— தாயுமானவர்

சுமந்து திரி!

'ஜோஸு' என்ற குரு தம் அறுபதாவது வயதில் தான் ஜென்னை அறிந்து கொண்டார். ஆனால், அதை முழுமையாக உணர்ந்து கொள்ள அவருக்கு இருபது ஆண்டுகள் பிடித்தன!

அதன் பிறகு அவர், தம் எண்பதாவது வயதிலிருந்து நூற்றி இருபது வயது வரை ஜென்னை உபதேசித்து வந்தார்.

ஒருமுறை, சீடன் ஒருவன், அவரிடம், "என் மனதில் எதுவுமே இல்லாவிட்டால் நான் என்ன செய்யட்டும்?" என்று கேட்டான்.

"அதைத் தூக்கி வெளியே எறி!" என்றார் குரு.

"ஒன்றுமே இல்லாததை எப்படித் தூக்கி எறிவது?" என்று கேட்டான் சீடன்.

"சரி. அப்படியானால் சுமந்து திரி!" என்றார் குரு!

"செத்தாரைப் போல திரி"

– பட்டினத்தார்

இன்னுமா சுமக்கிறாய்?

குருவும் சீடனுமாய் நெடுவழிப் பயணம் போய்க் கொண்டிருந்தார்கள்.

காடு மலைகளை யெல்லாம் கடந்து சென்று கொண்டிருக்கும்போது, வழியில் ஓர் ஆறு குறுக்கிட்டது.

ஆற்றங்கரையில் ஓர் இளம் பெண் நின்றுகொண்டிருந்தாள். ஆற்றையே வெறித்துப் பார்த்துக் கொண்டிருந்தாள்.

குருவும், சீடனும் அவளை நெருங்கினார்கள். அவள் முகத்தில் கவலையின் சாயல்.

'இவ்வளவு அழகான இளம் பெண் ஏன் இவ்வாறு ஆற்றையே வெறித்துப் பார்த்தபடி நின்று கொண்டிருக்கிறாள்? எதையாவது ஆற்றில் தவறவிட்டு விட்டாளோ?' என்று நினைத்தான் சீடன்.

"பெண்ணே! ஏன் இப்படி, இங்கே தன்னந்தனியாக நின்று கொண்டிருக்கிறாய்?" என்று கேட்டார் குரு.

"சுவாமி! ஆற்றைக் கடந்து செல்ல வேண்டும். பயமாக இருக்கிறது". என்றாள் அவள்.

"கவலைப்படாதே அம்மா. நான் உதவுகிறேன்". என்று சொல்லிவிட்டு, அவளை அப்படியே தூக்கிக் கொண்டு, ஆற்றில் இறங்கி நடக்க ஆரம்பித்தார்!

சீடன் திகைத்துப் போனான்!

ஆழமில்லா ஆறு. குரு அவளைச் சுமந்தபடியே நீரில் இறங்கி நடந்தார். சீடன் திகைப்புடன் குருவின் பின்னால் நடந்தான்.

மறுகரை வந்ததும், அவளைக் கீழே இறக்கிவிட்டார் குரு.

"நன்றி சுவாமி!" என்று சொல்லிவிட்டு அவள் நடந்துபோனாள்.

சீடனின் குழப்பம் தீரவில்லை. பேசாமல் குருவின் பின்னே தொடர்ந்து நடந்தான்.

அன்று மாலை சீடன் பொறுமையிழந்தான். அவனால், கேட்காமல் இருக்க முடியவில்லை.

"சுவாமி!"

"என்ன?"

"தங்களைப் போன்ற குருமார்கள் பெண்ணைத் தொடக்கூடாதே."

"ஆமாம். அதற்கென்ன இப்போது?"

"தாங்கள் இன்று காலை, அந்தப் பெண்ணைத் தொட்டுத் தூக்கினீர்களே! அது எப்படி?"

"அட, அவளை நான் அப்பொழுதே இறக்கி வைத்துவிட்டேனே. நீ இன்னுமா அவளைச் சுமந்து கொண்டு வருகிறாய்?" என்று கேட்டார் குரு!

"புறத்தே சுமக்கிறேன்; அகத்தி னுள்ளே
இன்னதொரு பழங்குப்பை சுமக்கி றாய்நீ..."
— பாரதியார்

நரகத்தில்....

அந்த மடாலயத்திற்கு ஒருவர் வந்தார்.

குருவை வணங்கி விட்டு, எதிரில் அமர்ந்தார்.

பிறகு அவரிடம், "சுவாமி! நீங்கள் நூறு வயது ஆன பின் நீங்கள் என்ன ஆவீர்கள்?" என்று கேட்டார்.

"குதிரையாக ஆவேன். இல்லாவிட்டால் கழுதையாக ஆவேன்", என்றார் குரு.

"அப்புறம் என்ன செய்வீர்கள்?"

"நரகத்திற்குப் போவேன்!"

"நீங்கள் பெரிய ஞானியாயிற்றே! நரகத்திற்கு ஏன் போவீர்கள்?" என்று கேட்டார் அந்த மனிதர்.

"அங்கே போனால்தான் உன்னை அங்கே சந்திக்க முடியும்? அப்புறம் உனக்கு உபதேசம் செய்வது யார்?" என்றார் குரு!

"சுட்டால் ஆகுமோ? சொல்ல வேண்டாம். கன்ம
நிஷ்டா! சிறுபிள்ளாய் நீ!"

— தாயுமானவர்

மௌனகுரு வணக்கம்!

சென்காய் ஓர் அரசு அதிகாரி. உயர்ந்த பதவியில் இருந்த அவர், தன் சக அதிகாரி ஒருவரின் மனைவி மீது மோகம் கொண்டார். அந்தப் பெண்ணும் அவரது அழகில் மயங்கினாள்.

இந்தத் தகாத உறவு, கணவனுக்குத் தெரிந்துவிட்டது. அதன் காரணமாக ஒரு மோதலும் ஏற்பட்டது. நடந்த வாள் சண்டையின் போது, சென்காய் தற்காப்பிற்காக, அந்த அதிகாரியை வாளால் வெட்டிவிட நேர்ந்துவிட்டது.

அதன் பிறகு கள்ளக் காதலர்கள் இருவரும் ஊரைவிட்டு ஓடிப் போனார்கள். வெகுதூரம் போய்விட்டார்கள்.

காலம் பறந்தது.

பதவியும், செல்வமும், செல்வாக்கும் இழந்த அவர்கள், வறுமையால் திருடராய் மாறிவிட்டார்கள்!

அது மட்டுமல்ல, அவர்களின் உண்மை இயல்புகளும் வெளிப்பட்டன. அவர்களால் ஒத்துப்போக முடியவில்லை.

அவள் பேராசைக் காரியாய் இருந்தாள். அவர்களுக்குள் ஓயாத சண்டை.

கடைசியில் ஓர் நாள், சென்காய், அவளைக் கை கழுவி விட்டு ஓடிப் போனார். நெடுந்தூரம் போனார்.

மெல்ல மெல்ல அவர் ஒரு மருத்துவராய் மாறினார்.

தன் பழைய பாவச் செயல்களுக்குப் பரிகாரமாக, நன்மைகள் செய்ய ஆரம்பித்தார்.

வாழ்நாள் முழுதும் சமுதாயப் பணி புரிய முடிவெடுத்த சென்காய், ஒரு மலைப்பாங்கான இடத்திற்குச் சென்று, வழிப் போக்கர்களுக்கு உதவி புரிய ஆரம்பித்தார்.

மலையைக் கடக்க முடியாதவர்களுக்கு உதவினார். மலையில் சரிந்து விழுந்து காயம் பட்டவர்களுக்கு மருத்துவ உதவி புரிந்தார். மலைச்சரிவில் பயணிகள் விழுந்து சாகாமல் காப்பாற்றினார்.

அந்தப் பகுதியைக் கடக்க, மலை ஏறிச் செல்வது தவிர வேறு வழி இல்லாமலிருந்தது. அதனால், சென்காய், மலையைக் குடைந்து ஒரு சுரங்கம் தோண்ட முடிவு செய்தார். அப்போதுதான் மலை ஏறாமல் பயணிகள் அதன் வழியாக மலையைக் கடந்து செல்ல முடியும்.

ஒரு தனி மனித முயற்சிக்கு அப்பாற்பட்ட காரியம் அது. என்றாலும் இவர் மயங்கவும் இல்லை; தயங்கவும் இல்லை; தளரவும் இல்லை.

வேலையை ஆரம்பித்தார்.

பகலில் பிச்சை எடுப்பதும், இரவில் சுரங்கம் தோண்டுவதுமாக அவர் காலம் கடினமாகக் கழிந்து கொண்டிருந்தது.

19

மீண்டும் ஜென் கதைகள்

அவர் காலத்தை மறந்தார்.

பருவ காலங்கள் வந்து போயின.

சுரங்கம் உருவாகிக் கொண்டிருந்தது.

அப்படி அவர் பாடுபட்ட காலம் முப்பது ஆண்டுகள்.

சுரங்கம் இப்போது 2280 அடி நீளத்திற்கு வெட்டப்பட்ட நிலையில் இருந்தது. 20 அடி உயரம்; 30 அடி அகலம். ஆனால், பூர்த்தியாகவில்லை.

சென்காய் உலகத்தை மறந்து சுரங்கம் வெட்டிக் கொண்டிருந்தார். இன்னும் வேலை முடிய இரண்டு ஆண்டுகள் கடுமையாக உழைக்க வேண்டும்.

அதே சமயத்தில் சென்காயின் சொந்த ஊரில் ஒரு காரியம் உருவாகிக் கொண்டிருந்தது.

சென்காயினால் வெட்டிக் கொலை செய்யப்பட்ட அதிகாரியின் மகன், தந்தையின் கொலைக்குப் பழிவாங்க உள்ளம் குமுறிக் கொண்டிருந்தான்!

பழி வாங்க முடிவு செய்த அவன் அரும்பாடுபட்டு, கொஞ்சம் கொஞ்சமாக விசாரித்துத் தெரிந்துகொண்டு, நீண்ட பயணத்தின் பின் அந்த மலைச்சாரலை அடைந்தான்.

நேராக சென்காயை சந்தித்தான்.

ஒளிவு மறைவில்லாமல் தான் வந்த காரியத்தைத் தெரிவித்தான்.

"என் தந்தையின் பழிக்கு உங்களைக் கொல்லப் போகிறேன்" என்றான்.

கவிஞர் புவியரசு

"தாராளமாக என்னை நீ கொன்றுவிடலாம். நான் தயாராக இருக்கிறேன். ஆனால், நான் என்ன செய்து கொண்டிருக்கிறேன் என்பதைப் பார்த்தாயல்லவா? மக்கள் நன்மைக்காகவே இந்தச் சுரங்கப் பாதை. இது முடிந்தால், என் கடமை முடிந்துவிடும். கொஞ்சம்தான் பாக்கி இருக்கிறது. இந்தப் பொதுக் காரியத்தைக் கெடுத்து விடாதே. என்று சுரங்கம் முடிவடைகிறதோ, மறுபக்கம் வழி திறக்கப்படுகிறதோ, அன்றே நீ என்னை வெட்டிச் சாய்க்கலாம்," என்றார் சென்சாய்.

அவர் சொல்வது நியாயமாகப் பட்டது.

அவன் அந்த நிபந்தனைக்கு ஒப்புக் கொண்டான்.

வேலை தொடர்ந்தது.

அவன் வேடிக்கை பார்த்துக் கொண்டிருந்தான். கடைசி நாளுக்காகக் காத்திருந்தான்.

பல மாதங்கள் உருண்டோடி விட்டன.

எத்தனை காலம்தான் சும்மா பார்த்துக் கொண்டிருப்பது? சென்சாய் தனி ஒருவராக எவ்வளவு பெரிய முயற்சியில் உழைத்துக் கொண்டிருக்கிறார்! கொஞ்சம் உதவலாமே, என்று நினைத்தான் அவன்.

சென்சாய்க்கு உதவ ஆரம்பித்தான் அவன்.

அப்படியே ஓராண்டுக் காலம் ஓடிவிட்டது..

சென்சாய் தளராத மன உறுதி அவனுக்கே வியப்பாக இருந்தது.

கடைசியில் ஓர் நாள் சுரங்க வழி பூர்த்தியாயிற்று. மக்கள் மகிழ்ச்சியோடு அதன் வழியாக மலையைக் கடந்து சென்றார்கள். சிரமமின்றி.

"சரியப்பா. என் கடமை முடிந்துவிட்டது. இனி நீ என் தலையை வெட்டிவிடலாம். என்றார் சென்சாய்.

"அது எப்படி ஐயா முடியும்? நீங்கள் என் குருவாயிற்றே! குருவைக் கொல்ல முடியுமா என்ன?" என்றான் அவன். வாளை வீசி எறிந்துவிட்டு!

"எவர் சிறியர்; எவர் பெரியர்: எவர் உறவர்:
எவர் பகைஞர்"

– தாயுமானவர்

'ஒரு சொட்டுத் தண்ணீர்ச்சாமி!'

'யிஷான்' என்ற ஜென் குரு தொட்டிக்குள் அமர்ந்து குளித்துக் கொண்டிருந்தார். நீர் சூடாக இருந்தது. அவர் தன் சீடனை அழைத்து, குளிர்ந்த தண்ணீர் கொண்டு வந்து கலக்கச் சொன்னார்.

சீடனும், சென்று கிணற்றில் தண்ணீர் சேந்தி ஒரு வாளி நிறையக் கொண்டுவந்தான்.

"ஊற்றிக் கலக்கு!" என்றார் குரு.

சீடன், குரு அமர்ந்துள்ள தொட்டியில் தண்ணீரை ஊற்றினான். தொட்டி நிறைந்து வழியவே, ஊற்றுவதை நிறுத்திவிட்டான். வாளியில் கொஞ்சம் தண்ணீர் மிச்சமிருந்தது.

அதைக் கீழே ஊற்றினான் சீடன்.

குரு சத்தம் போட்டார்!

"மடையா! ஏன் அதைக் கீழே ஊற்றினாய்?" என்று கத்தினார்.

மீண்டும் ஜென் கதைகள்

"மிச்சமிருந்தது. ஊற்றிவிட்டேன் சுவாமி. வேறு என்ன செய்ய?" என்றான் சீடன்.

"பக்கத்தில் செடிகொடிகள் இல்லையா. அவற்றிக்கு ஊற்றலாம் அல்லவா? இதுகூடத் தெரியவில்லையா?" என்றார் குரு.

அந்த எளிய உண்மையில் ஞானம் பெற்றான் சீடன்.

அன்று முதல், யிஷான் குருவுக்கு, 'ஒரு சொட்டுத் தண்ணீர் குரு' என்று பெயர் ஏற்பட்டுவிட்டது!

ஒவ்வொரு பொருளுக்கும் ஒரு பயன் உண்டு. பயனற்ற பொருள் இயற்கையில் எதுவும் இல்லை. எல்லாவற்றிற்கும் இங்கே ஓர் இடம் உண்டு.

> "வாடிய பயிரைக் கண்டபோ தெல்லாம்
> மனம் வாடினேன்"
>
> – வள்ளலார்

பேசாமல் விளங்கும் தானே!

ஒரு மடாலயத்தில் நான்கு துறவிகள் மௌன விரதம் பூண்டு தியானத்தில் அமர்ந்தார்கள்.

யாரும் ஒரு வார்த்தைகூடப் பேசக் கூடாது என்று வாக்குறுதிக்குப் பின்தான் அவர்கள் அவ்வாறு அமர்ந்தார்கள்.

நால்வருக்கும் நடுவில் ஒரு மெழுகுவர்த்தி ஏற்றி வைக்கப்பட்டிருந்தது.

அங்கே பரிபூரண அமைதி நிலவியது.

மெழுகுவர்த்தி கரைந்து கொண்டிருந்தது.

முழுவதும் உருகிய மெழுகுவர்த்தி அணையும் நிலையில் படபடத்தது.

அதைக் கவனித்த ஒரு துறவி, "மெழுகுவர்த்தி அணையப் போகிறது". என்று பேசினார்.

"நாம் பேசவே கூடாது என்பதை மறந்துவிட்டீர்களா?" என்றார் இன்னொரு துறவி!

"ஏன் இப்படி சளசளவென்று பேசிக்கொண்டிருக்கிறீர்கள்? சும்மா இருக்க மாட்டீர்களா?" என்றார் மூன்றாமவர்!

"ஹா! ஹா! எதுவுமே பேசாமல் இருப்பவன் நான் மட்டும்தான்!" என்றார் நாலாமவர்!

மற்றவரைக் குற்றம் சாட்டும்போது தன் குற்றத்தை மறந்துவிடுகிறார்கள்.

> "தன்குற்றம் நீக்கிப் பிறர்குற்றம் காண்கிற்பின்
> என்குற்ற மாகும் இறைக்கு?"
>
> — வள்ளுவர்

குப்பையில் கிடைத்த வைரம்

ஞானி 'குடோ' மாமன்னரின் குரு. ஆனால் அவர் அரண்மனையின் அரச போகங்களில் மூழ்கித் திளைப்பவராக இல்லை. காலமெல்லாம் சுற்றித் திரியும் நாடோடிச் சித்தராகவே வாழ்ந்து வந்தார்.

ஒரு நாள் அவர் அப்படி அலைந்து கொண்டிருந்தபோது ஒரு கிராமத்தை நெருங்கிக் கொண்டிருக்கும் வேளையில் திடீரென மழை பிடித்துக் கொண்டது.

ஞானி தொப்பலாய் நனைந்துவிட்டார். கால் செருப்பும் நனைந்து அறுந்துபோய் விட்டது. வெறுங்காலுடன் சேற்றில் தள்ளாடி நடக்கையில் சாலையோரத்தில் ஒரு குடிசை தென்பட்டது.

ஞானி அதை நெருங்கினார். சன்னலுக்குள் எட்டிப் பார்த்தபோது, நான்கைந்து ஜோடி செருப்புகள் ஒரு பலகையில் மாட்டப் பட்டு நிறுத்தப்பட்டிருப்பதைக் கண்டார்: விற்பனைக்கு வைத்திருப்பதுபோல் தோன்றியது.

கதவைத் தட்டினார் அவர்.

மீண்டும் ஜென் கதைகள்

ஒரு பெண்மணி வந்து கதவை திறந்தாள். ஞானி ஒரு செருப்பு வேண்டுமென்று கேட்டார். அவளும் கொடுத்தாள். அதற்குரிய விலையைக் கொடுத்துவிட்டுப் புறப்படும் வேளையில் அவள், "மழையில் நன்றாக நனைந்துவிட்டீர்களே. மழை விட்ட பிறகு புறப்படலாம் ஐயா," என்று கேட்டுக் கொண்டாள்.

அவரும் சம்மதித்தார். ஆனால், மழை விட்டபாடில்லை; சோ' வென்று இடைவிடாமல் பெய்து கொண்டிருந்தது. அதைப் பார்த்த அந்த நல்ல பெண்மணி, அவரை இரவு தங்கிச் செல்லுமாறு கேட்டுக் கொண்டாள்.

வேறு வழியின்றி அவரும் ஒப்புக் கொண்டார்.

அவள், தன் வயதான தாயை அவருக்கு அறிமுகம் செய்து வைத்தாள். ஞானி, வீட்டிற்குள் இருந்த புத்த விக்கிரகத்தின் முன் அமர்ந்து சுலோகங்கள் சொல்ல ஆரம்பித்தார்.

அந்தப் பெண்ணும், அவள் தாயும், சின்னக் குழந்தைகளும் அவர் முன்னால் அமர்ந்து கேட்டுக் கொண்டிருந்தார்கள்.

வழிபாடு முடிந்த பிறகு, அவர் அவர்களைக் கூர்ந்து கவனித்தார். அவர்கள் பரிதாபமான வறுமையில் இருப்பது தெரியவந்தது.

என்ன விவகாரம் என்று ஞானி கேட்டார்.

"நான் என்னவென்று சொல்வேன் சுவாமி. என் கணவர் பெரும் குடிகாரராக மாறிவிட்டார். கிடைத்ததை எடுத்துக் கொண்டுபோய் விற்றுக் குடித்துவிடுகிறார். ஒன்றும் கிடைக்காவிட்டால் கடன் வாங்கிக் குடிக்கிறார்.

"குடித்துவிட்டால் அவர் மிருகமாகவே மாறி விடுகிறார். வாய்க்கு வந்தபடி திட்டுகிறார். குழந்தைகள் குறுக்கே வந்தால்

ஈவிரக்கமில்லாமல் அடிக்கிறார். எந்த வேலைக்கும் போவதில்லை. பல நாள்கள் இரவில் அவர் வீட்டிற்கு வருவதே இல்லை. எங்கே குடித்துவிட்டு விழுந்த கிடப்பாரோ தெரியவில்லை. நான் படாத பாடு படுகிறேன் சுவாமி. எனக்கு கதி மோட்சமே இல்லையா?

"நாங்கள் எப்படியோ உழைத்துப் பிழைத்துக் கொள்வோம். அவர் திருந்தவே மாட்டாரா? அதற்கு வழியே இல்லையா?" என்று அழுதாள் அவள்.

அவர், கண்ணீரைக் கண்டு மிகவும் உருகிப் போனார். "கவலைப்படாதே யம்மா. நான் அவனைத் திருத்துகிறேன். மனிதர்கள் இயற்கையில் அப்படியொன்றும் மோசமானவர்கள் இல்லை. இந்தா! இந்தப் பணத்தை வாங்கிக் கொள். இதைக் கொண்டு நிறைய மதுவும், சாப்பிடுவதற்குத் தின்பண்டங்களும் வாங்கிக் கொண்டு வா. வாங்கி வந்ததை இங்கே வைத்துவிட்டு. நீங்கள் போய்ப் படுத்துக் கொள்ளுங்கள். நான் இங்கேயே தியானத்தில் இருக்கிறேன்," என்றார்.

அவளும், அவர் சொன்னபடியே வெளியில் சென்று. மதுவும், உணவுப் பொருள்களும் வாங்கி வந்து வைத்துவிட்டுத் தூங்கப் போய்விட்டாள்.

ஞானி தியானத்தில் அமர்ந்துவிட்டார்.

நள்ளிரவு இருக்கும்.

கதவைத் தடாலென்று தள்ளித் திறந்து கொண்டு குடிகாரக் கணவன் உள்ளே வந்தான், தள்ளாடியபடியே.

"அடியே! நீ எங்கே போய்த் தொலைந்தாய்? சாப்பிடுவதற்கு ஏதாவது கொடு!" என்று கத்தினான்.

ஞானி எழுந்து வந்தார்.

"நான் ஒரு வழிப் போக்கன். மழைக்காக இரவு தங்கினேன். என்னிடம் நிறைய உணவுப் பண்டங்கள் இருக்கின்றன. நல்ல தரமான மதுவும் இருக்கிறது. வறுத்த மீன்கூட இருக்கிறது. உன் விருப்பம்போல், வேண்டியதை, வேண்டிய அளவு சாப்பிடலாம்," என்றார் அவர்.

கணவனுக்கு மகிழ்ச்சி தாங்க முடியவில்லை.

உடனே அங்கே அமர்ந்து மேலும் குடித்தான்.

பிறகு அப்படியே போதையில் சுருண்டு விழுந்து தூங்க ஆரம்பித்து விட்டான்.

ஞானி மறுபடியும் தியானத்தில் அமர்ந்துவிட்டார்.

காலையில் கண் விழித்த அவன், முன்னைய இரவு நடந்ததை யெல்லாம் மறந்துவிட்டான். ஞானியைப் பார்த்து, "யாரையா நீ? இங்கே என்ன செய்கிறாய் என் வீட்டிற்குள்?" என்று அதட்டினான்.

"என் பெயர் 'குடோ.' நான் கியோட்டோ நகரத்துக்காரன். 'எடோ' நகருக்குப் போய்க் கொண்டிருக்கிறேன். இரவு அடைமழை பிடித்துக் கொண்டதால், உன் மனைவி என்னை தங்கிப் போக இடம் கொடுத்தாள்," என்றார் ஞானி.

'குடோ' என்ற பெயர் அக்காலத்தில் நாடறிந்த ஒன்று. அவன் வெட்கப்பட்டான். மன்னிப்புக் கேட்டுக் கொண்டான். சக்ரவர்த்தியின் குருவாயிற்றே அவர்! பயபக்தியுடன் அவரை வணங்கி நின்றான் அவன்.

"உலகில் உள்ள ஒவ்வொன்றிற்கும் ஒரு நோக்கமிருக்கிறது; கடமை இருக்கிறது; பயன் இருக்கிறது. ஆனால், நீ யாருக்கும் பயன்படாமல், உனக்கும் பயன் படாமல், குடும்பத்திற்கு

பாரமாய் இப்படிக் குடித்துவிட்டு அலைகிறாயே. இது நியாயமா? உன் குடும்பம் எப்படிக் கஷ்டப்படுகிறது பார்!" என்றார் அவர், இயல்பாக.

பெரிய வேத வாக்கியங்களையோ, நீதி போதனைச் சுலோகங்களையோ அவர் சொல்லவில்லை. ஒரு சகோதரனுக்கு உணர்த்துவது போல அன்பாகப் பேசினார்.

அவன் மனம் சுட்டது. அவரது சொற்கள் அவன் நெஞ்சைத் தொட்டன.

"ஆமாம் சாமி, நான் அப்படித்தான் நடந்து வருகிறேன். என் கண்களை நீங்கள் திறந்துவிட்டீர்கள். நான் எப்படி உங்களுக்கு நன்றி செலுத்துவேன்? உங்கள் மூட்டையைச் சுமந்து கொண்டு சற்று தூரம் வந்து உங்களை வழியனுப்ப அனுமதியளியுங்கள் சுவாமி!" என்றான் அவன்.

"அப்படியே ஆகட்டும்!" என்று வீட்டாரிடம் விடை பெற்றுப் புறப்பட்டார் அவர்.

என்றுமில்லாத அதிசயமாய், அடக்கமாய், அவன் ஞானியின் சுமையைத் தூக்கிக் கொண்டு பின்னே செல்வதை வீட்டுப் பெண்களும், குழந்தைகளும் கண்டு திகைத்து நின்றார்கள்.

மூன்று மைல் தூரம் அவன் ஞானியுடனே சென்றான்.

"சரியப்பா. போதும். அதைக் கொடுத்துவிட்டு நீ திரும்பிப்போ!" என்றார் ஞானி.

"வேண்டாம் சுவாமி. மூட்டை கனக்கிறது. வழியும் மோசம். இன்னமும் ஓர் ஐந்து மைல் தூரம் வந்து வழியனுப்பி விட்டுத் திரும்பி விடுகிறேன்", என்று கெஞ்சினான் அவன்.

கல்லுக்குள் ஈரம் கசிவது கண்ட ஞானியும், "சரி. உன் விருப்பம்." என்று மேலே நடந்தார்.

மீண்டும் ஐந்து மைல்கள் நடந்தாயிற்று.

"போதுமப்பா. நீ திரும்பிப்போ!" என்றார் ஞானி.

"முடியாது சுவாமி. இனி ஒரு பத்து மைல் உடன் வர அனுமதியுங்கள்," என்று காலில் விழுந்து கெஞ்சினான் அவன்.

ஞானியும் பரிதாபப்பட்டு, "சரி வா" என்று பயணம் தொடர்ந்தார்.

அந்தப் பத்து மைல் தூரமும் கடந்தாயிற்று.

"இனி என்னப்பா. திரும்பி ஊருக்குப் போக வேண்டியதுதானே. அந்த மூட்டையைக் கொடு!" என்றார் ஞானி.

"முடியாது சுவாமி! என்னால் திரும்பிப் போக முடியாது. காலமெல்லாம் உங்கள் கூடத்தான் வந்து கொண்டிருப்பேன்," என்று உறுதியாகச் சொன்னான் அவன்!

அவன், பின்னாளில் அவரது பிரதம சீடனானான். அவன் பெயர் 'மு-நான்'.

பழைய வாழ்க்கையைத் திரும்பிப் பாராமல் மேலே மேலே சென்ற அவ்னைத் தொடர்ந்துதான் பல ஜப்பானிய ஜென் குருக்கள் தோன்றினார்கள்.....

பின்னுக்குத் திரும்பக் கூடாது வாழ்க்கை...

"உள்ளம் அறிவாய் உழப்பு அறிவாய் நான் ஏழை
தள்ளிவிடின் மெத்தத் தவிப்பேன் பராபரமே"

– தாயுமானவர்

அவசரமே தாமதம்!

ஓர் இளைஞன் சிறந்த வாள் பயிற்சி பெறுவதற்காக குருவைத் தேடிப் புறப்பட்டான்.

வல்லமை வாய்ந்த குரு ஒருவர் மலைமீது இருப்பதாகச் சொன்னார்கள்.

இளைஞன் ஆவலோடு மலையேறிச் சென்று குருவைக் கண்டான். வணங்கினான். தன் வேண்டுகோளைத் தெரிவித்தான்.

"குருவே, நான் கடினமாக உழைத்து, தீவிரமாகப் பயிற்சி எடுத்தால் எவ்வளவு காலத்தில் வல்லமை பெற முடியும்?" என்று கேட்டான்.

"பத்து ஆண்டுகள் பிடிக்கும்," என்றார் ஆசான்.

"என் தந்தை தள்ளாத வயதில் இருக்கிறார். நான் அவ்வளவு காலம் இங்கே தங்கியிருக்க முடியாது. நான் சீக்கிரம் ஊர் திரும்பி அவரைக் கவனிக்க வேண்டும். மிகக் கடுமையாகப் பயிற்சி எடுத்தால் எவ்வளவு சீக்கிரம் முடிக்க முடியும்?" என்று கேட்டான் இளைஞன்.

33

"அநேகமாக முப்பது ஆண்டுகள் பிடிக்கலாம்." என்றார் அவர்.

"என்ன இப்படிச் சொல்கிறீர்கள். முதலில் பத்து ஆண்டுகள் என்றுதானே சொன்னீர்கள். கடுமையாகப் பயிற்சி எடுத்தால் சீக்கிரம் முடிக்க முடியுமல்லவா?" என்றான் அவன்.

"அப்படியா? அப்படிச் சீக்கிரம் கற்க வேண்டுமானால், சுமார் எழுபது வருடங்கள் என்கூட நீ இருக்க வேண்டி வரும்." என்றார் குரு.

அவசரப்பட்டால், அகந்தையில், பதற்றத்தில், எந்தக் காரியமும் உரிய காலத்தில் ஒழுங்காக முடியாது.

"நான் என்னும் ஓர் அகந்தை எவர்க்கும் வந்து
நலிந்தவுடன் ஐகமாயை நானா ஆசித்
தான் வந்து தொடரும். இத்தால் வளரும் துன்பச்
சாகரத்தின் பெருமை எவர்சாற்ற வல்லார்"

– தாயுமானவர்

அச்சம் தவிர்!

தளபதி ஒருவருக்கு அழகான கோப்பை ஒன்று அன்பளிப்பாகக் கிடைத்தது.

அவர் அதைத் தம் மேசைமேல் வைத்து அழகு பார்த்து இரசித்துக் கொண்டிருந்தார்.

பிறகு அதைக் கையில் எடுத்துத் தடவிப் பார்த்தார். கைகளில் உருட்டிப் பார்த்தார்.

பிறகு மெல்லத் தூக்கிப் போட்டுப் பிடித்துப் பார்த்தார்.

அப்போது அது சட்டெனக் கைநழுவிக் கீழே விழுந்துவிடும் போலிருந்தது.

அவர் கிடுகலங்கிப்போய், சட்டெனப் பிடித்துக் கீழே விழாமல் மேசைமேல் வைத்துவிட்டார்.

'குப்'பென்று வியர்த்துவிட்டது!

அது அவருக்கே வியப்பாக இருந்தது.

"எத்தனை போர்க்களங்களில் பகைவர் படை நடுவே அஞ்சாமல் பாய்ந்திருக்கிறோம். பாய்ந்து வரும் வாள் கண்டு

மீண்டும் ஜென் கதைகள்

நடுங்காமல் எதிர்த்துத் தாக்கியிருக்கிறோம். அப்போதெல்லாம் திடுக்கிடாத என் மனம், இந்த சின்னக் கோப்பை கை நழுவும்போது திடுக்கிட்டுவிட்டதே! என்ன அதிசயம் இது!" என்று வியந்தார் தளபதி.

சற்று ஆற அமர சிந்தித்துப் பார்த்தபோது, உண்மை புலனாயிற்று.

அந்தப் பொருளின் மீது கொண்ட பற்றுத்தான் அந்த அச்சத்திற்குக் காரணம் என்பதை உணர்ந்தார்.

உடனே அந்தக் கோப்பையைத் தூக்கி எறிந்து உடைத்து, நிம்மதியடைந்தார்!

"அஞ்சுவ தோரும் அறனே; ஒருவனை
வஞ்சிப்ப தோரும் அவா."

– வள்ளுவர்

மனக்குரங்கு...

ஓர் உழவன், தன் தோட்டத்தை உழும்போது ஒரு தங்கச் சிலையைக் கண்டெடுத்தான். அது புத்தர் சிலை. மண்ணில் புதைந்து காணாமற்போன பதினெட்டு புத்தர் சிலைகளில் ஒன்றுதான் அது! நல்ல கனம்!

ஏராளமான விலைக்குப் போகும் என்று தெரிந்தது. எல்லையற்ற மகிழ்ச்சியுடன் அதை மறைத்து வீட்டிற்குக் கொண்டு வந்தான் அவன்.

குடும்பத்தார்க்கும் ஏகப்பட்ட மகிழ்ச்சி. செல்வத்தில் மிதக்கலாம் என்று கனவு காண ஆரம்பித்து விட்டார்கள்...

ஒவ்வொருவரும் என்னென்ன வாங்கலாம் என்று கற்பனையில் மிதந்து கொண்டிருந்தார்கள்...

ஆனால், அந்த உழவன் மட்டும் சோகமே உருவமாக ஒரு ஓரத்தில் உட்கார்ந்து கொண்டிருந்தான்.

அதைக் கண்டு அவன் மனைவி ஆச்சரியப்பட்டாள். அவன் அருகில் வந்தாள்.

"என்ன இது! கன்னத்தில் கைவைத்து இப்படிக் கவலையுடன் அமர்ந்திருக்கிறீர்களே? எவ்வளவு பெரிய செல்வம் கிடைத்திருக்கிறது! என்ன விஷயம்?" என்று கேட்டாள்.

"மற்ற பதினெழு சிலைகளும் எங்கே புதையுண்டு கிடக்கின்றன என்பது தெரியவில்லையே!" என்றான் அவன், கவலையுடன்!

"ஆசை எனும் பெருங்காற்றூடு இலவம்பஞ்சு
எனவும் மனது அலையும் காலம்
மோசம் வரும்...."
– தாயுமானவர்

தலையும் வாலும்

காட்டில் ஒரு பாம்பு நிம்மதியாக வாழ்ந்து வந்தது.

ஒரு நாள், அதன் வால், உயர்ந்து நின்று தலையைப் பார்த்து, "அது என்ன எப்பொழுதும் நீயே முன்னால் போய்க் கொண்டிருக்கிறாய்? நான் உன் பின்னால் வந்து கொண்டே இருக்க வேண்டுமா என்ன? இது என்ன நியாயம்?" என்று கேட்டது.

"மரியாதைக்குரிய வால் அவர்களே, எனக்குக் கண்கள் இருப்பதால், நான் முழு உடம்பையும் வழி நடத்திச் செல்கிறேன். உமக்குக் கண்கள் இல்லையே. எப்படி முன்னாலே போக முடியும்?" என்று கேட்டது தலை.

"நான் பின்னாலிருந்து உந்திக் கொடுக்காவிட்டால் நீ எப்படி முன்னால் போக முடியும்?" என்றது வால்.

"அதென்னவோ, நான்தான் முன்னால் இருப்பேன். முன்னால் போவேன். அதுதான் இயற்கை. அதுதான் வழக்கம். அதை மாற்ற முடியாது. நீ செய்ய வேண்டியதை செய்துகொள்!" என்று தலை முன்னால் போக ஆரம்பித்தது.

வாலுக்குக் கோபம்! 'நான் யாரென்று காட்டுகிறேன் பார்' என்று உள்ளுக்குள் கறுவிக் கொண்டது.

பாம்பு நகர்ந்து போய்க் கொண்டிருந்தபோது, வழியில் குறுக்கிட்ட ஒரு மரத்தைச் சுற்றிப் பிடித்துக் கொண்டது வால். உடலையும் சேர்த்து இழுத்துச் சுற்றிக் கொண்டது.

"இனி மேலே போ பார்க்கலாம்!" என்று தலையைப் பார்த்து ஏளனமாகக் கூறியது வால்.

பாம்பினால் நகர முடியவில்லை.

இழுத்து இழுத்துப் பார்த்தது. மரத்தைச் சுற்றியிருந்த உடலை வெளியே இழுக்க முடியவில்லை. வலித்தது.

நீண்ட நேரம் முயன்று பார்த்தபின் தலை தன் தோல்வியை ஒப்புக் கொண்டது.

"சரி. நான் தோற்றுவிட்டேன். இனி நீ விருப்பப்படியே செய்யலாம். நீ முன்னால் போ! நான் உன்னைப் பின்பற்றி வருகிறேன்," என்றது தலை.

உடனே வால் நகர ஆரம்பித்தது.

முழு உடலையும், தலையையும் இழுத்துக் கொண்டு நகர்ந்தது.

எப்படியோ போகட்டும் என்று தலை, கண்களை மூடிக் கொண்டது.

ஆனால், வாலினால் சரியான பாதையில் போக முடியவில்லை. அங்குமிங்கும் முட்டி மோதியது. வாலுக்குக்

கவிஞர் புவியரசு

கண்கள் இல்லாததால் பள்ளத்தில் விழுந்து உருண்டது. காயம்பட்டது. கடைசியில் இறந்தே விட்டது.

உலகப் பொருள்கள் எல்லாவற்றிற்கும் முக்கியத்துவம் உண்டு. அடிப்படையில் எல்லாம் சமம்; என்றாலும் ஒவ்வொன்றிற்கும் ஓர் இடம், ஓர் பொறுப்பு உண்டு. அதன் எல்லை கடத்தல் அகங்காரம். அதனால் விளைவது அழிவு.

> "காரிட்ட ஆணவக் கருவறையில் அறிவற்ற
> கண்ணிலா குழவியைப்போல்...."
> – தாயுமானவர்

தவளைக்காகப் பாம்பு!

ஒரு குளக்கரையில் ஒரு தவளைக் குடும்பம் மகிழ்ச்சியாக வாழ்ந்து கொண்டிருந்தது.

தண்ணீர் இருந்தது. பசுமை இருந்தது. சாப்பிடப் பூச்சிகள் புழுக்கள் ஏராளமாக இருந்தன.

பெரிய தவளைகளும் குட்டித் தவளைகளும் ஆனந்தமாகப் ஆடிப் பாடி மகிழ்ந்து கொண்டிருந்தன.

"இதெல்லாம் நமக்காகத்தானே அம்மா?" என்று ஒரு குட்டித் தவளை தன் தாயிடம் கேட்டது.

"ஆமாம். எல்லாப் புழுப்பூச்சிகளும் நமக்காகத்தான்," என்றது தாய்த் தவளை.

"ஆகா" என்று அவற்றைப் பிடித்துத் தின்று விட்டுப் பாட்டுப் பாடின குஞ்சுத் தவளைகள்.

எல்லாம் சேர்ந்து கச்சேரி செய்து கொண்டிருந்தபோது ஒரு பாம்பு மெதுவாக வந்தது.

ஒரு தவளைக் குஞ்சை 'லபக்'கென்று பிடித்து விழுங்கிவிட்டது.

அதைப் பார்த்துக் கொண்டிருந்த மற்ற தவளைக் குட்டிகள் அலறியடித்துக் கொண்டு தம் தாயிடம் ஓடின. ஆபத்து இருப்பதை அப்போதுதான் அவை உணர்ந்தன.

"பாவம் அம்மா! தம்பியை ஒரு பாம்பு பிடித்து சாப்பிட்டுவிட்டது. பாம்புகளும் இங்கே இருக்கத்தான் செய்யுமா?" என்றது ஒன்று.

"ஆமாம்! புழுப்பூச்சிகளுக்காக நாம் இருப்பதுபோல, நமக்காகப் பாம்புகள் இருக்கின்றன. இல்லாவிட்டால் எங்கு பார்த்தாலும் நம்முடைய இனமே நிறைந்து நெரிசலாகி நாம் வாழவே இடமில்லாமல் போகும். நமக்குப் புழுப் பூச்சிகள் சாப்பிடக் கூடக் கிடைக்காமல் போய்விடும்," என்றது தாய்த் தவளை.

"அது நியாயம்தான்," என்று ஒப்புக் கொண்டன தவளைக குஞ்சுகள்.

நல்லதற்கும் தீமைக்கும் வரையறுக்கப்பட்ட, திட்டவட்டமான இலக்கணங்கள் இயற்கையில் எதுவும் இல்லை.

ஒன்று நமக்கு முன் நடக்கும்போது, அது எப்படிப்பட்டது என்று நாம் முடிவெடுப்பது, நாம் எந்தப் பக்கம் நின்று, எப்படிப் பார்க்கிறோம் என்பதைப் பொறுத்துத்தான் அமைகிறது.

எல்லாமே சார்பு நிலையில்!

"நன்று எனவும் தீது எனவும்
எனக்கு இங்கு உண்டோ?"
— தாயுமானவர்

அப்புறம் எங்கே?

ஜென் குரு ஒருவரிடம், "ஜென்னைப் பொறுத்தவரை மனம்தானே புத்தர்?" என்று கேட்டார் ஒரு மன்னர்.

"நான் ஆமாம் என்றால், நீங்கள் உண்மையைப் புரிந்து கொள்ளாமலேயே புரிந்து கொண்டதாக நினைப்பீர்கள். நான் இல்லையென்றால், எல்லோருக்கும் தெரிந்த ஒன்றை இல்லை யென்று மறுத்ததாக ஆகும்," என்றார் ஞானி.

"உங்களைப் போல ஞானிகள் மரணத்தின் பின் எங்கே போவார்கள்?" என்று கேட்டார் மன்னர்.

"எனக்குத் தெரியாது." என்றார் ஞானி.

"இதுகூடவா உங்களுக்குத் தெரியவில்லை. ஏன்?" என்று கேட்டார் மன்னர்.

"ஏனென்றால் நான் செத்ததில்லை," என்று கூறிவிட்டு எழுந்து வெளியேறினார் ஞானி!

'மரணத்தின் பின் என்ன ஆகும் என்று அலட்டிக் கொள்வது முட்டாள்தனம். இருக்கும் நிகழ் காலத்தில் நன்றாக

கவிஞர் புவியரசு

வாழ்வதே புத்திசாலித்தனம். அன்றன்று வாழ்! நாளையைப் பற்றி நாளைக்குக் கவலைப்படலாம், தேவைப்பட்டால், என்கிறது ஜென்.

> "இன்றைக்கு இருந்தாரை நாளைக்கு இருப்பர் என்ற
> எண்ணவோ திடமில்லையே"
>
> – தாயுமானவர்

வாளல்லாத வாள்

அந்த மாவீரன் வாள் வீச்சில் பெரும் வல்லமை பெற்றவன். அந்த நாளில் ஈடு இணையற்ற வாட்போர் வீரனாய்த் திகழ்ந்தவன்.

காலப்போக்கில் அவன் மனம் பண்பட்டுப் பக்குவம் அடைந்தது.

அவன் அகிம்சையாளனாய் மாறினான். வாளைத் தூக்கி எறிந்தான்.

அவனுடைய முன்னாள் சீடர்களுக்கு சந்தேகம்.

குருவிடமே கேட்டார்கள்.

"வாள் எதற்கு? என் உடலில் ஒவ்வொரு பகுதியும் வாளைவிடக் கூர்மை பெற்றுவிட்டது இப்போது." என்றான் அந்த மாவீரன்.

சீடர்கள் ஆசானை சோதித்துப் பார்க்க ஆசைப்பட்டார்கள்.

ஒருநாள், ஒரு மாணவன் அதற்குத் துணிந்து முன்வந்தான்.

கவிஞர் புவியரசு

ஆசான் ஒரு பாயில் சம்மணமிட்டு தியானத்தில் அமர்ந்திருந்தார். மாணவன் ஒரு தடியை எடுத்துக் கொண்டு ஆசானின் பின்னால் பதுங்கிப் பதுங்கிச் சென்றான்.

மற்றவர்கள் ஒளிந்தபடி வேடிக்கை பார்த்துக் கொண்டிருந்தார்கள்.

தடியை ஓங்கிச் சென்றவன் பாயில் கால் வைத்த கணத்தில், ஆசான் சட்டென நகர்ந்து பாயை உருவிவிட, சீடன் தலைகுப்புற விழுந்தான்!

மனம் பக்குவம் அடைந்துவிட்டால் அது கண்ணாடிபோல் ஆகிவிடுகிறது. ஒவ்வொரு அசைவையும் அது அனிச்சச் செயலாய் உணர்ந்து செயல்படுகிறது. அதை ஏமாற்ற முடியாது. சதா விழிப்புடன் இருக்கும் அது!

"ஆரும் அறியாமல் எனை அந்தரங்கம் ஆகவந்து"
– தாயுமானவர்

வெளிப்படையாக இரு!

அந்த மடாலயத்தில் இருபது ஆண் துறவிகளும், ஒரு இளம் பெண் துறவியும் இருந்தார்கள்.

அந்தப் பெண் துறவி கொள்ளை அழகு.

துறவிகளில் பெரும்பாலோர் அவள் அழகில் கிறங்கிக் கிடந்தார்கள். மௌனமாகக் காதலித்தார்கள்: கனவுகள் கண்டார்கள்: கற்பனைகளில் மிதந்தார்கள்.

ஒரு துறவியால் தாளமுடியவில்லை!

துணிந்து ஒரு காதல் கடிதம் எழுதினார் அவளுக்கு.

நெஞ்சப் பதை பதைப்புடன் அவளையே கண்காணித்தார். அவள் கடிதம் வந்த அடையாளமே இல்லாமல், சலனமின்றி நடந்து கொண்டாள்.

தன்னைத் தனியாகச் சந்திக்கும்படி அந்தச் சன்யாசினியை அந்தத் துறவி கேட்டிருந்தார்.

குறிப்பிட்ட இடத்திற்கும் போய்க் காத்திருந்து பார்த்தார். அவள் வரவில்லை.

கவிஞர் புவியரசு

துறவிக்கு ஒரே குழப்பம்!

மறுநாள்.

குருவைச் சுற்றிச் சீடர்கள் அமர்ந்திருந்தார்கள்.

குருவுபதேசம் நடந்தது, வழக்கப்படி. அவர் பேசி முடித்ததும் அவள் எழுந்தாள்! கடிதம் எழுதியிருந்த துறவியைப் பார்த்தாள். "நீங்கள் என்னை உண்மையாகக் காதலிப்பதானால் வாருங்கள்! வந்து, என்னைக் கட்டிப் பிடித்துக் கொள்ளுங்கள்!" என்றாள்.

ஜென்னில் இரகசியம் எதுவும் கிடையாது என்பதன் குறியீடு இது.

"என்னை அணையாதவண்ணம் எங்கு ஒளிந்தார்?"

– தாயுமானவர்

நரகத்தீயில்...

ஒருநாள் புத்தர் ஓய்வாக ஒரு கிணற்றடியில் அமர்ந்திருந்தார்.

கிணற்றுக்குள்ளிருந்து கலவரமான குரல்கள் கேட்டன.

புத்தர் உள்ளே எட்டிப் பார்த்தார்.

அது கிணறல்ல. நரகப் படுகுழி.

உள்ளே நரகத்தீ கொழுந்துவிட்டு எரிந்து கொண்டிருந்தது. ஏராளமான பேர் அதில் சிக்கித் தவித்தபடி அலறிக் கொண்டிருந்தார்கள்.

"ஐயோ! ஐயோ!"

"தாங்கமுடியவில்லையே!"

"என்னைக் காப்பாற்றுங்கள்!"

"கடவுளே! கடவுளே!"

என்று பலவிதமான அலறல்கள் கீழிருந்து வந்து கொண்டிருந்தன.

மேலே வரத் தவித்துக் கொண்டிருந்தார்கள்.

சாக்கிய முனி கூர்ந்து உள்ளே பார்த்தபோது ஒரு ஆள் பயங்கரமாக அலறுவது தெரிந்தது. மகா முரட்டு ஆள் அவன்.

மேலே ஒரு தலை உள்ளே எட்டிப் பார்ப்பதைக் கண்டவுடன் அவன் பரிதாபமாக உரக்க அலறினான்.

"சாமீ! என்னைக் காப்பாத்துங்க!"

புத்தர் மேலும் கூர்ந்து பார்த்தார்.

அவன் யாரென்று அவரது மனக் கண்ணில் தோன்றியது.

ஈவிரக்கமில்லாமல் மக்களைக் கொள்ளையடித்தும் கொன்றும் வாழ்ந்தவன் அவன்.

அவன் இருக்க வேண்டிய இடம் அதுதான்.

அவன் அனுபவிப்பது சரிதான்.

இருந்தாலும் அவன் தன் வாழ்நாளில் ஏதாவது நல்லது செய்திருக்கிறானா என்று தம் மனக் கண்ணில் பார்த்தார்.

ஒரு காட்சி அவரது தீர்க்க தரிசனத்தில் தோன்றியது.

ஒரு சமயம் அவன் நடந்து செல்லும்போது அவன் முன்னே தரையில் ஒரு சிலந்தி தென்பட்டது. அதை மிதித்து விடாமலிருக்க அவன் தாண்டிச் சென்றான்.

அந்த ஒரு சிறு செயல், கொஞ்சம் கருணைதான் அவன் வாழ்வில் காணப்பட்ட ஒரே நல்ல அம்சம்.

புத்தர் நினைத்தார்.

மீண்டும் ஜென் கதைகள்

நினைத்த மாத்திரத்தில் அவர் கையில் ஒரு சிலந்தி தோன்றியது. அது ஒரு நூலிழையை வெளிவிட்டது.

அது கிணற்றுக்குள், அடியாழம்வரை நீண்டு சென்றது!

"அதைப் பிடித்துக் கொண்டு மேலே வா!" என்றார் சாக்கிய முனி.

"இந்த அற்ப சிலந்தி வலை இழையைப் பிடித்துக் கொண்டா?" என்று ஆத்திரத்துடன் கத்தினான் அவன்.

"ஆமாம்!" என்று அமைதியாகச் சொன்னார் கௌதமர்.

அவன் அதைப் பிடித்தான்.

உறுதியாகத்தான் இருந்தது அது.

அற்பக் கருணையின் நூலிழை அது.

அவன் அதைப் பலமாகப் பிடித்துக் கொண்டு மேலே ஏற முயன்றான்.

உடனே அவனைச் சுற்றிக் கூக்குரலிட்டுக் கொண்டிருந்தவர்கள் அவனது காலடியில் தொங்கிக் கொண்டு மேலே வர முயன்றார்கள்.

அவன் சற்று மேலே வந்து, கீழே பார்த்தான்.

பலபேர் அந்த நூலிழையைப் பிடித்துக் கொண்டு மேலே வந்து கொண்டிருந்தார்கள்!

அவன் சட்டெனத் தன் இடையிலிருந்த கத்தியை எடுத்தான். தனக்குக் கீழே ஒரு வெட்டு வெட்டினான். நூலிழை அறுந்து அவன் காலடிக்கீழ் வந்து கொண்டிருந்தவர்கள் எல்லோரும் பாதாளத்தில் விழுந்து அலறினார்கள்.

கவிஞர் புவியரசு

இழை இனி தன் கனத்தைத் தாங்கும் என்று அவன் மேலே நகர்ந்தான்.

ஆனால், அவனது கருணையற்ற செயலால் அந்த இழை அறுந்தது.

அவன் செய்திருந்த அற்பப் புண்ணியமும், இப்போது அவன் செய்த கொடுமையால் அழிந்தது.

அவன் மீண்டும் நரகப் பாழில் வீழ்ந்தான்!

> "... பிறர்க் குபகாரம் செய்யார்; தமை அண்டினர்க்கொன்று
> ஈயார், இருந்தென்ன போயென்ன?...."
>
> – பட்டினத்தார்

'நொடி'யைப் பிடி!

புத்தர் பெருமான் மரத்தடி நிழலில் அமர்ந்திருந்தார்.

சுற்றிலும், சீடர்கள், அவருடைய அருளமுதத்தை எதிர்நோக்கி ஆவலுடன் காத்திருந்தார்கள்.

புத்தர் தம் சீடர்களை நோக்கி, "ஒரு மனிதனின் வாழ்நாள் எவ்வளவு காலம்?" என்று கேட்டார்.

எதற்கு அவர் இப்படியொரு சாதாரணக் கேள்வியைக் கேட்டார் என்பது விளங்காமல் சீடர்கள் ஒருவர் முகத்தை ஒருவர் பார்த்துக் கொண்டார்கள்.

சாக்கிய முனி பதிலுக்குக் காத்திருந்தார்.

"எழுபது ஆண்டுகள்," என்றார் ஒரு சீடர்.

"தவறு!" என்றார் புத்தர்.

"அறுபது ஆண்டுகள்," என்றார் மற்றொரு சீடர்.

"தவறு!" என்றார் புத்தர்.

"ஐம்பது ஆண்டுகள்," என்றார் இன்னொரு சீடர்.

"தவறு!" என்றார் புத்தர்.

இதென்ன எல்லாவற்றையும் தவறு என்கிறாரே! மனித வாழ்வு ஐம்பது ஆண்டுகள் கூட இல்லையா என்ன. என்று திகைத்தார்கள் சீடர்கள்.

சில வினாடிகள் அமைதியாக இருந்தார் புத்தர்.

பிறகு அவர், "அது ஒரு மூச்சு." என்றார்!

"வெறும் மூச்சுவிடும் நேரம்தானா?" என்று கேட்டார் ஒரு சீடர்.

"அப்படியல்ல. வாழ்வு ஒரு கணமன்று. ஆனால், ஒவ்வொரு கணமாக வாழ வேண்டும். ஒவ்வொரு கணப்பொழுதிலும் முழுமையாக வாழ வேண்டும். கணம் கணமாக வாழ வேண்டும்." என்றார் புத்தர்.

சிலர், நேற்றில் வாழ்கிறார்கள். நேற்றைய நினைவில் மூழ்கி இறந்த காலத்தில் வாழ்கிறார்கள்.

சிலர், அறியப்படாத எதிர்காலத்தில், எதிர் காலக் கனவில், எதிர்கால ஏக்கத்தில், ஒரு தெளிவில்லாமல் வாழ்கிறார்கள்.

அவர்கள் நிகழ்காலத்தை இழந்து விடுகிறார்கள்.

எதார்த்தமான, நம் முன்னால் துடித்துக் கொண்டுள்ள, நம் கைவசமுள்ள, நம் ஆளுகைக்கு உட்பட்ட, நம் அதிகாரத்தில் உள்ள, நிகழ்காலத்தைக் காணச் சக்தியற்ற அந்தகர்களாக இருக்கிறார்கள்.

கணத்திற்குக் கணம், நிகழ்காலத்தில், முழு ஈடுபாட்டோடு வாழ வேண்டும் என்று ஜென் கூறுகிறது.

"இத்தரை மீதினி வேயிந்த நாளினில்
இப்பொழுதே முக்தி"
— பாரதியார்

கொடி மரத்தைக் கவனி!

கழுகு மலைமீது, ஒரு மரத்தடியில் சாக்கிய முனி அமர்ந்திருந்தார்.

சுற்றிலும் சீடர்கள்.

அவர் காஸ்யபனை அருகில் அழைத்தார்.

தன்னுடைய உடையையும், பெற்ற பிச்சைப் பாத்திரத்தையும் காஸ்யபனுக்கு அளித்தார்.

எல்லாரும் அதைப் பார்த்துக் கொண்டிருந்தார்கள்.

ஆனந்தனுக்கு மனதில் சங்கடம்.

நீண்ட காலமாக நிழல்போல புத்தருடன் வாழ்ந்திருந்தாலும் தனக்கு அவர் அவற்றைத் தரவில்லையே என்ற வருத்தம் அவனுக்கு.

ஆனந்தன், புத்தரின் நெருங்கிய உறவினன். வயதிலும் மூத்தவன்.

பிறகு, ஆனந்தன் காஸ்யபனைத் தனியே சந்தித்தான்.

"ஆடையையும், பிச்சைப் பாத்திரத்தையும் தவிர அவர் உனக்கு வேறு ஏதாவது தந்தாரா?" என்று கேட்டான் ஆனந்தன்.

காஸ்யபன் ஆனந்தனை உற்றுப் பார்த்தான். அவனுடைய உள் குமுறல் புரிந்துவிட்டது.

"ஆனந்தா!"

"என்ன?"

"நேரமாகிவிட்டது. இருட்டப் போகிறது. வெளி வாயிலுக்குப் போய், கொடி மரத்திலுள்ள கொடியை இறக்கிவிட்டு வா!" என்றான் காஸ்யபன்.

சாதாரண மனம்தான் 'தாவோ'.

அவசியமில்லாமல் எதை எதையோ கற்பித்துக் கொண்டு குழப்பிக் கொள்ளக் கூடாது.

அன்றாட வாழ்வின் சிறுசிறு விஷயங்களைக் கவனித்து, அதை முழுமையாகச் செய்வதன் மூலமே ஒருவன் ஞானம் பெறமுடியும்.

மீண்டும் ஜென் கதைகள்

அப்போதுதான் உள்ளுணர்வின் மூலம் பல விஷயங்களை உணர்ந்து கொள்ள முடியும்.

'சென்றதினி மீளாது மூடரே, நீர்
எப்போதும் சென்றதையே சிந்தை செய்து
கொன்றழிக்குங் கவலையெனும் குழியில் வீழ்ந்து
குமையாதீர்! சென்றதனைக் குறித்தல் வேண்டா.
இன்றுபுதி தாய்ப்பிறந்தோ மென்று நீவீர்
எண்ணமதைத் திண்ணமுற இசைத்துக் கொண்டு
தின்றுவிளை யாடியின்புற் றிருந்து வாழ்வீர்;
தீமையெலாம் அழிந்துபோம். திரும்பி வாரா.''

– பாரதியார்

சொர்க்க வாசல்!

ஒரு படைத் தளபதி, ஜென்குரு 'ஹாகுய்ன்' என்பவரை சந்திக்க வந்தான்.

குருவை வணங்கிவிட்டு, "சுவர்க்க நரகங்கள் உண்டா?" என்று கேட்டான்.

"நீ யார்?" என்று கேட்டார் குரு.

"நான் ஒரு 'சமுராய்'," என்று பெருமிதத்தோடு பதிலளித்தான் தளபதி.

'சமுராய்' என்பது ஜப்பானில் வீரப் பரம்பரையைக் குறிப்பது.

"சாப்பாட்டுக்கு என்ன செய்கிறாய்?" என்று கேட்டார் குரு.

சரியான கோபம் வந்துவிட்டது தளபதிக்கு. 'சமுராய்' என்று சொன்ன பிறகும் இப்படிக் கேட்டு விட்டாரே என்று கொதித்தான் அவன்.

"நான் ஒரு தளபதி." என்றான் அவன். கோபத்தை அடக்கிக் கொண்டு.

"ஹா, ஹா, ஹா!" என்று உரக்கச் சிரித்தார் குரு.

தளபதி திகைத்தான்!

"எந்த மடையன் உன்னைத் தளபதியாக வைத்துக் கொண்டிருக்கிறான்? நீ, எனக்கு, கசாப்புக் கடைக்காரன்போல் தோன்றுகிறாய்," என்றார் குரு.

தளபதிக்குக் கோபம் கொந்தளித்தது.

சட்டெனத் தன் உடைவாளை உருவினான்.

"உங்களை ஒரே வெட்டாக வெட்டிப்போட்டு விடப்போகிறேன்," என்று வாளை ஓங்கினான்.

"இதோ, இதுதான் நரக வாசல்," என்றார் குரு அமைதியாக, அஞ்சாமல்!

அவன் புத்திசாலி. புரிந்துகொண்டான்.

சட்டெனச் சினம் தணிந்தான்.

தலை பணிந்து குருவை வணங்கினான்.

"என்னை மன்னிக்க வேண்டும். தவறு செய்துவிட்டேன்," என்று பணிவுடன் கூறி, உடைவாளை உறையில் போட்டான்.

"இதுதான் சொர்க்க வாசல்!" என்றார் குரு.

கவிஞர் புவியரசு

சுவர்க்க நரகங்கள் ஆகாயத்தில், அந்தரத்தில் இல்லை.

அது ஒவ்வொரு மனிதனிடமும் உள்ளது.

மனிதனே தன் செயலால், அவற்றை உருவாக்கிக் கொள்கிறான்.

'எந்த வினாடியும் உன்னால் சுவர்க்கத்தை உருவாக்கிவிட முடியும். எல்லாம் உன் கையில் இருக்கிறது'; என்கிறது ஜென்.

"வாளுறையில் வாளடக்கம் வாயுறையில் வாய்வடக்கம்"
— சிவவாக்கியர்

இதுவும் ஒன்றுமில்லை!

'தெஸ்ஸு' என்றொரு ஞானியிருந்தார். அறிவில் சிறந்த அவர், தம் ஞானத்தால் மற்றவர்களைத் திகைக்க வைத்துக் கொண்டிருந்தார்.

அவர் ஊர் ஊராகப் போய்க்கொண்டே இருந்தார். சென்ற இடங்களில் எல்லாம் குருமார்களை சந்தித்து தத்துவ விசாரணை நடத்தினார்.

ஒருமுறை அவர் 'ஷோகொகு' என்ற கோயிலுக்குச் சென்றபோது, அங்கே இருந்த ஒரு துறவியைச் சந்தித்தார். அவர் பெயர் 'தொகான்'.

'தெஸ்ஸு' அவரைச் சந்தித்ததும் தம் ஞானப் பிரகடனத்தை எடுத்துவிட்டார்!

"எல்லாம் பொய்; மாயை; சூன்யம்; ஒன்றுமில்லை," என்றார்.

"மனம்; புத்தர்; மற்றும் பொருட்கள் எல்லாம் ஒன்றுமில்லை," என்றார்.

"சூனியம்தான் இயற்கையானது. ஞானமும் இல்லை; அறியாமையும் இல்லை. ஞானியும் இல்லை; சாதாரணரும்

இல்லை. உழைப்பும் இல்லை; பயனும் இல்லை" என்றார் தொடர்ந்து!

ஞானி தொகான், தாம் கையில் வைத்திருந்த கரண்டியால் அவர் தலைமேல் ஓங்கி அடித்தார்!

"ஐயோ!" என்று அலறினார் 'தெஸ்ஸு'.

தலையைத் தேய்த்துக் கொண்டு, "ஏன் என்னை அடித்தீர்கள்?" என்று சீறினார்.

"என் அடியும் ஒன்றுமில்லை; உங்கள் கோபமும் ஒன்றுமில்லை. எல்லாம் பொய்; மாயை," என்றார் தொகான் அமைதியாக.

"எல்லாமே சூனியமாக இருக்கும்போது, உங்கள் சினம் எங்கிருந்து வந்தது? சூனியத்தில் பிறக்குமா சினம்?" என்றார் தொடர்ந்து.

வாயடைத்துப் போய்விட்டார் ஞானி!

மகாஞானங்கள் என்று எதைஎதையோ படித்துவிட்டு, எதார்த்த ஞானத்தை மறந்துவிடக் கூடாது.

"உதிக்க நின்றது எவ்விடம்? ஒதுங்குகின்றது எவ்விடம்?
விதிக்கவல்ல ஞானிகாள், விரித்துரைக்க வேணுமே."

— சிவவாக்கியர்

புத்தும் சரணம்!

ஓர் இளைஞன் ஞான நாட்டம் கொண்டு வீட்டை விட்டுப் புறப்பட்டான்.

ஊர் ஊராகப் போய்க்கொண்டே இருந்தான்.

ஒருநாள் வழியில் ஒரு துறவியைக் கண்டான்.

"எங்கே போகிறாய் மகனே?" என்று கேட்டார் அவர்.

"ஞானத்தைத் தேடிப் போகிறேன் சுவாமி. தலை சிறந்த புத்த குரு ஒருவரைக் கண்டு அவரிடம் அமர்ந்து ஞானம் பெற வேண்டும்," என்றான் இளைஞன்.

துறவி முகத்தில் ஒரு மர்மப் புன்னகை தோன்றி மறைந்தது.

"புத்த குரு என்ன, புத்தரையே நீ சந்திக்கலாம் தம்பி," என்றார் அவர்.

"என்ன! புத்தரையே சந்திக்கலாமா! அது முடியுமா சுவாமி?" என்று கேட்டான் இளைஞன் ஆவல் பொங்க.

"முடியுமப்பா!"

"எப்படி சுவாமி! சொல்லுங்கள்! புத்தர் பெருமானை எங்கே சந்திக்கலாம்?"

"சொல்கிறேன். கவனமாகக் கேள்! முதலில் நீ வீட்டிற்குத் திரும்பு. வழியில் எங்காவது, யாராவது. தம் காலணிகளை மாற்றி அணிந்திருப்பதைக் கண்டால், அவர்தான் புத்தர் என அடையாளம் கண்டுகொள்," என்றார் அந்தத் துறவி.

இளைஞன் வந்த வழியே திரும்பிப் பயணம் புறப்பட்டான்.

வழியில் எதிர் வருவோர் காலகளைக் கூர்ந்து பார்த்தபடியே நடந்தான்.

காலணிகளை யாரும் மாற்றியணிந்து நடப்பதை அவன் காணவில்லை.

இரவு அகால வேளையில் தன் வீட்டை அடைந்து கதவைத் தட்டினான் அவன்.

நீண்ட காலத்திற்குப் பிறகு வீடு திரும்பிய மகனின் குரல் கேட்டு, அவன் தாய் அவசர அவசரமாக ஓடிவந்து கதவைத் திறந்தாள்.

அசந்தர்ப்பமாக அவள் காலைப் பார்த்த இளைஞன் திடுக்கிட்டுவிட்டான்!

அவள் அவசரத்தில் காலணிகளை மாற்றி அணிந்து வந்திருந்தாள்!

தாயில் புத்த தரிசனம்!

" - இங்கு
முன்பு மொழிந்துல காண்டதோர் புத்தன்
மொழியெங்கள் அன்னை மொழி."
— பாரதியார்

ஞானியின் கடைசிக் கவிதை

சீனாவில் நீண்ட காலம் வாழ்ந்தவர் ஞானி 'ஹோஷின்,'

கடைசி காலத்தில் அவர் ஜப்பானுக்குச் சென்று ஞானோபதேசம் செய்து வந்தார்.

ஒருநாள் அவர் தம் சீடர்களுக்கு ஒரு கதை சொன்னார். அந்தக் கதை:

"தொகுஃபுக்கு வயதாகிவிட்ட காலத்தில் தம் சீடர்களை அழைத்து, தாம் ஒரு வருடம் மட்டுமே உயிரோடு இருக்கப் போவதாகவும், அதுவரை தன்னை நன்றாகக் கவனித்துக் கொள்ளும்படியும் கேட்டுக் கொண்டார்.

"சீடர்கள் அதை நம்பவில்லை. சும்மா வேடிக்கை செய்கிறார் என்று நினைத்துக் கொண்டார்கள். இருந்தாலும், அவரை நன்றாகக் கவனித்துக் கொண்டார்கள். அடிக்கடி விருந்து வைத்தார்கள்.

ஓராண்டு ஓடி மறைந்துவிட்டது. சீடர்களை அழைத்தார் குரு. 'நான் நாளை போய்விடப் போகிறேன். பனி பெய்வது நின்றதும், பிற்பகலில் இறந்துவிடுவேன்' என்றார் குரு.

"சீடர்கள் சிரித்தார்கள். வயதாகிவிட்டதால் உளறுகிறார் என்று பேசிக் கொண்டார்கள். அன்று வானம் தெளிவாக இருந்தது. இரவு பனி பெய்தது. காலையில் குருவைக் காணவில்லை. எல்லாரும் வழிபாட்டு மண்டபத்திற்குச் சென்றபோது, அங்கே குரு அமர்ந்த நிலையில் உயிரைவிட்டிருந்தார்."

இந்தக் கதையைச் சொல்லிவிட்டு, "ஒரு குரு, தன் முடிவை முன் கூட்டி அறிந்தவராக இருக்க வேண்டும். அவர் விரும்பியபோது மரணம் வரவேண்டும்," என்றார் ஹோஷின்.

"உங்களால் அப்படிச் சொல்ல முடியுமா சுவாமி?" என்று கேட்டார்கள் சீடர்கள்.

"முடியும். அடுத்த ஏழாவது நாள் நான் புறப்பட்டு விடுவேன்," என்றார் குரு.

சீடர்கள் நம்பவில்லை.

அதை அவர்கள் அப்போதே மறந்துவிட்டார்கள்.

ஏழாவது நாள் வந்தது.

குரு, சீடர்களை அழைத்தார்.

"சென்ற வாரம் சொன்னது நினைவிருக்கிறதா? இன்றுதான் நான் புறப்படும் நாள். சாகும்போது எதையாவது நல்லதாக சொல்லிவிட்டுப் போவது நம் வழக்கம். ஆனால், நான் கவிஞனும் அல்ல, எழுத்தாளனும் அல்ல. எனக்கு எழுதவே தெரியாது. யாராவது நான் சொல்வதை எழுதிக் கொள்கிறீர்களா?" என்றார்.

மீண்டும் ஜென் கதைகள்

அப்போதும்கூட அவர் வேடிக்கை செய்கிறார் என்றுதான் சீடர்கள் நினைத்தார்கள்.

குரு நோய் நொடியில்லாமல் ஆரோக்கியமாக. பளிச்சென்று. உற்சாகமாக அமர்ந்திருந்தார்.

"என்ன. எழுதத் தயாரா?" என்று கேட்டார் குரு.

"எழுதுகிறேன் சுவாமி." என்றான் ஒரு சீடன்.

குரு சொன்னார்:

"ஒளியிலிருந்து நான் வந்தேன்

இப்போது ஒளிக்கே திரும்புகிறேன்.

என்ன இது?"

என்றார் குரு. சீடன் எழுதிக் கொண்டான். பிறகு. "குருவே ஒரு சொல் போதவில்லை," என்றான் அவன்.

"ஆஃகா!" என்று சிங்கத்தைப் போல கர்ச்சித்தார் குரு!

அதுதான் அவரது கடைசிச் சொல். கவிதையை நிறைவுபடுத்திய சொல்!

அடுத்த கணம் அவர் சமாதியடைந்துவிட்டார்!

"..... பரமவெளி ஆக ஒரு சொல்
திட்டமுடன் மௌனியாய் அருசெய்து....."
– தாயுமானவர்

நிலா, நிலா

அந்த ஜென் குரு எளிமையாக வாழ்ந்து வந்தவர்.

ஒரு மலையடிவாரத்தில் குடிசை அமைத்துக் கொண்டு இயற்கையோடு ஒன்றிப்போய் வாழ்ந்து வந்தார்.

ஒருநாள் மாலைப் பொழுதில் திருடன் ஒருவன் அவரது குடிசைக்குள் அங்குமிங்கும் தேடிப் பார்த்தான். அவனுக்கு ஒன்றுமே கிடைக்கவில்லை.

அவன் வெறுங்கையோடு வெளியேறும் வேளையில் குரு உள்ளே வந்துவிட்டார். அவனை இறுகப் பிடித்துக் கொண்டார். திருடன் 'திருதிரு'வென்று விழித்தான்.

"பாவம்! நீ எவ்வளவு தூரத்திலிருந்து இங்கே வந்திருக்கிறாய். வெறுங்கையோடு போகலாமா?" என்று கூறி சரசரவென்று தன் ஆடைகளைக் கழற்ற ஆரம்பித்தார்.

திருடனுக்கு ஒன்றும் விளங்கவில்லை; திகைப்போடு பார்த்துக் கொண்டிருந்தான்.

அவர் தம் ஆடைகளைக் கழற்றி சுருட்டி அவன் கையில் கொடுத்து, "போய்வா. என்னிடம் இருப்பது இவ்வளவுதான்" என்று அனுப்பி வைத்தார்.

திருடன் போன பிறகு நிர்வாணமாக அமர்ந்தபடி சாளரத்தின் வழியாக வெளியே பார்த்தார்.

ஒளிமயமான வட்ட நிலா வானத்தில் காய்ந்து கொண்டிருந்தது.

"பாவம்! நல்லதாகக் கொடுக்க நம்மிடம் ஒன்றுமில்லாமல் போய்விட்டது. இந்த நிலவையாவது கொடுத்து அனுப்பியிருக்கலாம்" என்று சொல்லிக் கொண்டார் அந்த ஞானி!

"அன்பினால் முத்தியென்றான் புத்தன் அந்நாள்
அதனை இந்நாள் கோவிந்த ஸாமி செய்தான்
துன்பமுறு உயிர்க்கெல்லாம் தாயைப் போல
சுரக்கும் அருளுடையபிரான் துணிந்த யோகி"

— பாரதியார்

'சுட்டு' அற....

ஆறாவது தலைமுறை ஜென் குரு 'ஹூனெங்' தம் ஆசிரமத்தில் அமர்ந்திருந்தார்.

அவரைத் தரிசிக்க ஒரு பெண் துறவி வந்தாள்.

"சுவாமி! நான் 'நிர்வாண சூத்திரத்தை' பல ஆண்டுகளாகத் திரும்பத் திரும்பப் படித்து வருகிறேன். இன்னும் சில இடங்கள் எனக்கு விளங்கவில்லை. நீங்கள் விளக்கிச் சொல்வீர்களா சுவாமி?" என்று பணிவோடு கேட்டாள்.

"அடடா! எனக்குப் படிக்கத் தெரியாதேயம்மா. நீ விளங்காத பகுதியைப் படித்துக்காட்டு. புரிகிறதா என்று பார்க்கிறேன்," என்றார் குரு.

அந்தப் பெண் அதிர்ச்சியடைந்தாள்!

"என்ன! உங்களுக்குப் படிக்கவே தெரியாதா? எழுத்தறிவில்லாத நீங்கள் எவ்வாறு அந்த ஞான நூலுக்கு விளக்கம் தர முடியும்?" என்று கேட்டாள் அவள்.

"அம்மா, உண்மைக்கும் சொற்களுக்கும் உறவில்லை. உண்மை அதோ அந்த நிலவைப் போன்றது," என்று வானத்தை சுட்டிக் காட்டினார் குரு.

மலைச் சிகரத்திற்கு மேலே பால் நிலா பிரகாசித்துக் கொண்டிருக்கிறது.

"அதோ - என்று, நான் அந்த நிலாவை சுட்டிக் காட்டுகிறேன். பார்! என் விரல் நிலா அன்று. அத்தோடு நிலாவை சுட்டிக் காட்ட விரல்கூடத் தேவையில்லை. அல்லவா?" என்றார் ஞானகுரு.

மொழி, மெய்யைச் சுட்டும் ஒரு கருவி. மொழியே மெய் ஆகிவிடாது. மொழியைப் பற்றிக் கொண்டு தொங்காதே.

மொழியின் அழகுகளில், அணிகளில், சாகசங்களில் மாட்டிக்கொண்டு, உண்மையை இழந்து விடாதே. மொழி சுட்டும் மெய்ப் பொருளைக் காணக் கற்றுக் கொள்.

மொழியைக் கடந்து செல்!

"அருளால் எவையும்பார் என்றான் - அத்தை
அறியாத சுட்டிஎன் அறிவாலே பார்த்தேன்
இருளான பொருள்கண்ட தல்லால் - கண்ட
என்னையும் கண்டிலன் என்னேடி தோழி."

— தாயுமானவர்

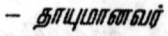

மணி வாசகம்!

'செங்காய்' என்ற ஜென் ஞானியின் வாழ்வில் நிகழ்ந்தது இது.

ஒரு பெரும் செல்வர் ஞானியிடம் ஒரு வேண்டுகோள் விடுத்தார்.

தனக்கொரு இறுதி வாசகம் எழுதித் தருமாறு ஞானியைக் கேட்டார் செல்வர்.

அந்தக் காலத்தில் அது ஜப்பானில் ஒரு பழக்கமாக இருந்தது. ஞானிகள், துறவிகள், பெரிய மனிதர்கள் மரண வேளையில் எதையாவது சுருக்கமாகச் சொல்லிவிட்டுப் போவது வழக்கம்.

அந்த வாசகம் அவர்களின் வாழ்க்கைச் சாரமாக, அனுபவ மொழியாக மக்கள் போற்றுவது வழக்கம். அந்த வாசகத்தை எழுதி வைத்துப் பொன்மொழி போலவும் பார்த்துக் கொள்வார்கள்.

ஞான முள்ளவர்கள் சொந்தமாகச் சொல்வார்கள். மற்றவர்கள் என்ன செய்ய முடியும்? இரவலாகக் கேட்டுப் பெற வேண்டியதுதான்.

அந்த முறையில், அந்தச் செல்வர் ஞானியிடம் கேட்டார். ஞானியும் எழுதிக் கொடுத்தார். அதைப் பார்த்த செல்வர் திடுக்கிட்டார்.

"என்ன இது, இப்படி அமங்கலமாக எழுதிவிட்டீர்களே!" என்றார் செல்வர்.

அவர் எழுதிக் கொடுத்த வாசகம் இதுதான்:

தந்தை இறப்பார்
மகன் இறப்பான்
அப்புறம்
பேரன் இறப்பான்

- செங்காய்.

செல்வரின் சினத்தைக் கண்டு ஞானி சிரித்தார்.

"இது அமங்கலமான வாசகம் அன்று. மங்கல வாசகம். நீங்கள் உயிரோடு இருக்கையில் உங்கள் மகன் இறந்துவிட்டால் எப்படி இருக்கும். உங்கள் பேரன் இறந்துவிட்டால் எப்படி இருக்கும். யோசித்துப் பாருங்கள். அதைவிட துக்கம் தரக்கூடியது ஏதாவது உண்டா? அதைவிட அமங்கலமான நிகழ்ச்சி வேறு உண்டா? அமங்கலம் அதுதான். இப்போது நான் எழுதியிருப்பது என்ன?

கவிஞர் புவியரசு

"உங்கள் குடும்பம் பாரம்பரியச் சிறப்புள்ளது. இதுவரை இருந்து வந்தது போலவே, தந்தை, மகன், பேரன் என்று வரிசையாக - முதுமை அடைந்த பின் மரணம் நிகழ்வது புனிதமான மகிழ்ச்சியானது அல்லவா? அதனால்தான் இப்படி எழுதினேன்", என்றார் ஞானி.

மரணம் இயல்பாக, அமைதியாக நிகழ்வது மங்கலம்.

> "உறங்குவது போலும் சாக்காடு, உறங்கி
> விழிப்பது போலும் பிறப்பு"
> - வள்ளுவர்.

'ஜென்' கோப்பை!

ஜென் குரு 'இக்கியு' மிகுந்த புத்திசாலித் துறவியாக கருதப்பட்டவர்.

இவர் இளம் வயதில் ஒரு மடாலயத்தில் சீடராக இருந்தபோது நிகழ்ந்தது இது.

ஒருநாள் அவர் தேநீர்க் கோப்பை ஒன்றை எடுத்துச் சென்றபோது, கால் இடறி, தடுமாறி அதைக் கீழே தவறவிட்டுவிட்டார். அது தரையில் விழுந்து உடைந்து சிதறியது.

திடுக்கிட்டார் இக்கியு. ஆனால், அடுத்த கணம் சமாளித்துவிட்டலாம் என்ற யோசனை அவர் மனதில் பளிச்சிட்டது.

அந்த நேரத்தில், அவருடைய குரு அங்கே வந்தார்.

"என்னப்பா?" என்று கேட்டார் குரு.

"மனிதர்கள் ஏன் சாகிறார்கள்?" என்று கேட்டார் இக்கியு.

கவிஞர் புவியரசு

"அது இயற்கை அப்பா. இந்த உலகில் பிறந்த உயிர்கள் எல்லாம் இறந்துதான் ஆக வேண்டும். எல்லாவற்றிற்கும் அழிவு உண்டு. மரணம் தவிர்க்க முடியாதது," என்று பதிலளித்தார் குரு.

"சுவாமி! அப்படியானால், உங்கள் தேநீர்க் கோப்பை செத்துப் போய்விட்டது." என்றார் இக்கியு.

தோற்றமும் மறைவும் இயற்கை.

நாம் நமது அழிவை உணரவேண்டும். அதேபோன்று எல்லாப் பொருட்களின் நிலையாமையையும் உணர்ந்து கொள்ள வேண்டும்.

> "பிறந்தன இறக்கும்; இறந்தன பிறக்கும்;
> தோன்றின மறையும்; மறைந்தன தோன்றும்."
>
> – பட்டினத்தார்

பற்று!

மருத்துவர் ஒருவர் படையில் பணிபுரிந்து கொண்டிருந்தார். போரில் காயம் பட்டவர்களை மிகுந்த அன்புடன் கவனித்து சிகிச்சை அளித்து வந்தார். செய்யும் தொழிலில் மிகுந்த ஈடுபாடு இருந்தது. நிறைந்த மனித நேயம் அவர் நெஞ்சில் நிலைத்திருந்தது.

இரவு பகல் பாராமல், கண் துஞ்சாமல் கருமமே கண்ணாக மருத்துவம் பார்த்து வந்த அவருக்கு, மனதில் ஒரு சங்கடம் இருந்து கொண்டே இருந்தது.

'எவ்வளவு விரைவாக ஒரு போர் வீரனைக் குணப்படுத்துகிறோமோ, அவ்வளவு விரைவாக அவன் மீண்டும் போருக்குப் போய் விடுகிறான். அரும்பாடுபட்டு குணப்படுத்தப்பட்ட சிலர் அநியாயமாக மரணமடைந்து விடுகிறார்கள். பட்டபாடெல்லாம் இப்படி வீணாகப் போகிறதே என்பது அவரது மனக் கவலை.

நாளாக ஆக மருத்துவரின் மனவேதனை அதிகரித்தது. 'போருக்கு காவு கொடுக்கவா, காயம் பட்டவ்ரைக் குணப்படுத்துவது?' என்று வேதனைப்பட்டார்.

'சாவது அவன் தலைவிதி என்றால், அவனை எதற்காக நாம் குணப்படுத் வேண்டும்? மருந்தினால் என்ன பயன்? சிகிச்சை எதற்கு? ஏன் இந்த வேலையை வீணாகச் செய்து கொண்டிருக்கிறோம்?' என்று நினைத்தார்.

அவரால் அதைத் தொடர்ந்து செய்ய முடியவில்லை.

இராணுவத்தை விட்டு விலகி, காடுமலையெல்லாம் சுற்றி அலைய ஆரம்பித்தார்.

தத்துவச் சிந்தனை அவர் மனதைப் பற்றிக் கொண்டது. சதா மனம் அதையே நினைத்துக் கொண்டிருந்தது.

கடைசியில் ஒரு குருவிடம் சேர்ந்தார். பல மாதங்கள் அங்கே இருந்து உபதேசங்கள் கேட்டார். அவருக்குப் பிறகு ஒரு தெளிவு பிறந்தது.

'காயம் பட்டவரோ, நோய்வாய்ப் பட்டவரோ, என்ன ஆகப் போகிறார்கள் என்பதைக் கவனிப்பதோ, ஊகிப்பதோ என் பணியன்று. என் பணி மருத்துவம் பார்ப்பது. எல்லாரும் சாகப் போகிறவர்களே. மருத்துவம் பார்ப்பது என் கடமை; என் தொழில். ஏனென்றால் நான் ஒரு மருத்துவன். விளைவைப் பற்றிக் கவலைப்படாமல் பணியாற்றுவது என் கடமை' என்று நினைத்தார்.

உடனே குருவிடம் விடை பெற்றுக்கொண்டு, மலைப் பகுதிகளில் வாழும் மக்களுக்கு சேவை செய்ய அவர் புறப்பட்டுவிட்டார்.

> "கருமம் செயஒருவன் கைதூவேன் என்னும்
> பெருமையில் பீடுடையது இல்"
>
> — வள்ளுவர்

சொற்கள்?

புத்தரை வழிபட்டு வந்த மூதாட்டி ஒருத்தி, ஊதுவத்தி கொளுத்தி வைத்து புத்தர் சிலை முன் பின்வருமாறு வேண்டிக் கொள்வது வழக்கம்:

"புத்தர் பெருமானே, நான் நீண்ட காலம் வாழ்ந்துவிட்டேன். என்னை சீக்கிரம் உன்னிடம் அழைத்துக் கொள். நான் தயாராக இருக்கிறேன்."

இந்த வேண்டுகோள் நாள்தோறும் நிகழ்ந்து வந்தது.

இதைக் கேட்டுக்கொண்டிருந்த ஒரு ஆள், வேடிக்கை செய்ய நினைத்தான்.

கிழவி, வருவதற்கு முன், புத்த விக்ரகத்தின் பின்னால் ஒளிந்து கொண்டான்.

அவள் வந்தாள். வழக்கம் போலவே வேண்டிக் கொண்டாள்.

அவளது வழிபாடு முடிந்ததும், ஒளிந்திருந்த அவன், "உனது வேண்டுகோளை ஏற்றுக்கொண்டேன். இன்று இரவு நீ என்னிடம் வந்துவிடுவாய்" என்றான்.

கவிஞர் புவியரசு

அவளுக்குப் பயம் பிடித்துவிட்டது!

மரணம் அன்று இரவு வரும் என்பதை உணர்ந்தவுடனே அவள் கிடு கலங்கிப் போய்விட்டாள்.

அந்தப் பயத்தில் அவள் அன்று இரவு செத்துப் போனாள்!

சொற்கள் சக்தி வாய்ந்தவை.

அலங்கார, ஆடம்பரச் சொற்கள், தம் எளிமையை இழந்து, உண்மையை விட்டு விலகிச் சென்றுவிடும்.

சொல்லுக்கும், செயலுக்கும் தொடர்பு ஏற்படும்போது - ஒருமைப்பாடு ஏற்படும்போது - அந்தச் சொல் சக்தி வாய்ந்ததாக மாறிவிடுகிறது.

சொற்கள் மனித இதயத்தின் மிகச் சிறந்த சரியான வெளிப்பாடாக அமைய வேண்டும்.

உதட்டிலிருந்து உதிரும் சொற்களும், விளையாட்டாய் உதிர்க்கும் சொற்களும் தீமை தரும்.

> "சொல்லுக சொல்லிற் பயனுடைய; சொல்லற்க
> சொல்லிற் பயனிலாச் சொல்"
>
> – வள்ளுவர்

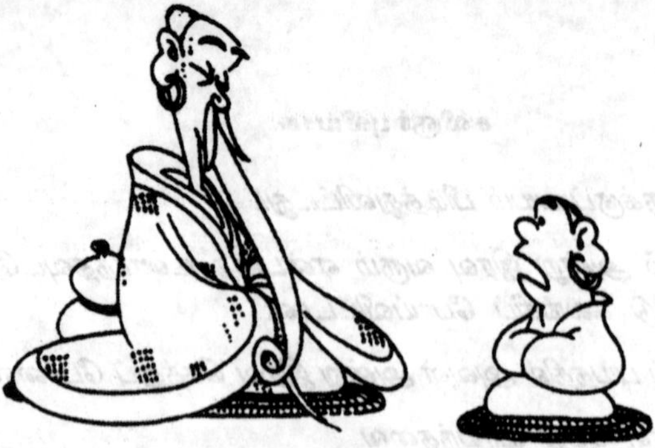

'சொல்லுக்கடங்காவே'

ஜென் குரு ஒருவருக்கு வயதாகிவிட்டது.

தன் தலைமைச் சீடனை அழைத்தார்.

சீடன் வந்து குருவின் முன்னால் அமர்ந்தான்.

குருவின் கையில் ஒரு பழைய புத்தகம் இருந்தது. அவருக்கு முனனால் ஒரு பாத்திரத்தில் நெருப்பு எரிந்து கொண்டிருந்தது.

அந்த நெருப்பின் ஒளியில் அவர் அந்தப் புத்தகத்தை விரித்துப் பார்த்துக் கொண்டிருந்தார்.

சீடன் ஆவலோடு குருவைப் பார்த்தான்.

"சீடனே, எனக்கு வயதாகிவிட்டது. எனக்குப் பின் குருபீடத்தில் அமரப் போகிற உனக்கு இந்தப் புத்தகத்தைப் பரிசாகத் தரப்போகிறேன். இது விலை மதிப்பற்ற வேத நூல்," என்றார் குரு.

"சுவாமி, எனக்கு இது வேண்டாம். எனக்குத் தேவையான ஜென்னை நீங்கள் முன்பே உணர்த்திவிட்டீர்கள். எழுதி

வைத்த நூலில் என்ன இருக்கப் போகிறது? வெறும் சொற்கள். எனக்கு இது வேண்டாம். நீங்களே வைத்துக் கொள்ளுங்கள்" என்றான் சீடன்.

"அப்படிச் சொல்லாதே யப்பா. இது ஏழு தலைமுறைகளாக வரிசையாகக் குருபீடத்தில் இருப்பவர் கையில் இருந்து வருகிறது. என் அன்புப் பரிசாக இதை ஏற்றுக்கொள்!" என்றார் குரு.

"வேண்டாம் சுவாமி. எனக்கு எதுவுமே தேவையில்லை. எல்லாமே உங்களால் கிடைத்துவிட்டது." என்று மறுத்தான் சீடன், மறுபடியும்.

குரு, சீடனை விடுவதாக இல்லை.

"நீ வெளியே பிச்சைப் பாத்திரம் ஏந்திப் போகிறாய். அதில் எதைப் போட்டாலும் வாங்கிக் கொள்வாய் அல்லவா?" என்று கேட்டார் குரு.

"ஆமாம், சுவாமி!" என்றான் சீடன்.

"அப்படியானால், இது உன் பிச்சைப் பாத்திரத்தில் போடப்பட்டதாக எண்ணிக் கொள்!" என்று புத்தகத்தை நீட்டினார் குரு.

சீடன் வேறு வழியில்லாமல், இரு கைநீட்டி அதைப் பவ்வியமாகப் பெற்றுக் கொண்டான்.

உடனே ஒரு காரியம் செய்தான்.

அதைக் குரு சற்றும் எதிர்பார்க்கவில்லை!

வாங்கியப் புத்தகத்தை அவன், எதிரில் எரிந்து கொண்டிருந்த நெருப்பில் போட்டுவிட்டான்!

மீண்டும் ஜென் கதைகள்

திடுக்கிட்டுப் போனார் குரு!

"அடப்பாவி! என்ன காரியம் செய்தாய்!" என்று பதறினார் குரு.

"நீங்கள் என்ன சொல்கிறீர்கள் குருவே? இதிலா இருக்கிறது ஞானம்?" என்று கேட்டான் சீடன்.

"ஓதிவைத்த நூல்களும் உணர்ந்துகற்ற கல்வியும்
மாதுமக்கள் சுற்றமும் மறக்கவந்த நித்திரை
ஏதுபுக் கொளித்ததோ எங்குமாகி நின்றதோ?
சோதிபுக் கொளித்தமாயம் சொல்லடா சுவாமியே!"

— சிவவாக்கியர்

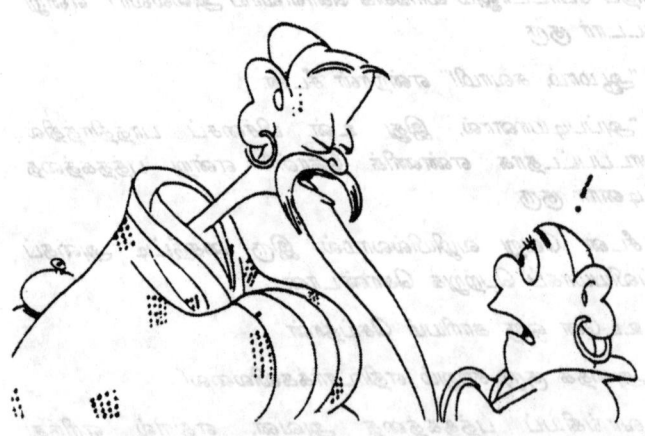

அந்தக விளக்கு!

கண் தெரியாத ஒருவரை, நண்பர் ஒருவர் தம் வீட்டில் தங்க வைத்து உபசரித்தார்.

ஒருநாள் அந்தகர், "ஊருக்குப் புறப்படுகிறேன்," என்று தெரிவித்தார்.

நண்பர், அவருக்கு ஒரு விளக்கைக் கொடுத்து, "வழித்துணைக்கு வைத்துக்கொள்!" என்றார்.

"எனக்கு எதற்கப்பா விளக்கு? வேண்டாம். எனக்கு எல்லாம் ஒன்றுதான். விளக்கால் எனக்கு என்ன பயன்?" என்றார் அந்தகர்.

"உனக்காக அல்ல. உன் எதிரில் வருபவர்களுக்காக. இருளில் அவர்கள் உன்மீது வந்து மோதிவிடக் கூடாதல்லவா? அதற்காகத்தான்" என்றார் நண்பர்.

"அப்படியானால் சரி. கொடு!" என்று விளக்கைப் பெற்றுக்கொண்டு புறப்பட்டார் அந்தகர்.

வழியில் யாரோ அவர் மீது பலமாக வந்து மோதிக் கொண்டார்கள்.

அந்தகர் தடுமாறிக் கீழே விழுந்தார். பிறகு மெல்ல எழுந்தார்.

"என்ன அய்யா இப்படி மோதிவிட்டீர்களே! என் கையில் விளக்கிருப்பது தெரியவில்லையா?" என்று கேட்டார் அந்தகர்.

"விளக்கா! அப்படியொன்றும் தெரியவில்லையே," என்று சொல்லி உற்றுப் பார்த்தார் மோதியவர்.

பிறகு. "அடடா! ஆமாம். ஆனால் இது அணைந்து போயிருக்கிறது நண்பரே!" என்றார் அவர்.

இது ஜென் வட்டாரத்தில் வழங்கப்பட்டு வருகிற குறியீட்டுக் கதை.

அவனவன் தன் சொந்த ஞான ஒளியில் செல்ல வேண்டும். இரவல் ஞானம் பயன்படாது என்பதை உணர்த்துகிறது இந்தக் கதை.

"தூண்டு விளக்கணைய தொடர்ந்துஇருள்
முன் சூழ்ந்தாற்போல்
மாண்டு பிழைத்துவந்த வகைதெரிவது எக்காலம்?"

— பத்திரகிரியார்

எப்போதும் அழுதவள்!

'அழுகிற பெண்' என்று அந்தக் கிழவிக்குப் பெயர்!

எப்போதும் அவள் அழுது ஒப்பாரி வைத்துக் கொண்டே இருப்பாள்!

மழை வந்தாலும் அழுவாள். வெயில் அடித்தாலும் அழுவாள்!

அவளைப் பற்றிக் கேள்விப்பட்ட துறவி ஒருவர் அவளிடம் வந்தார்.

"ஏனம்மா இப்படி எப்போதும் அழுதுகொண்டிருக்கிறாய்?" என்று கேட்டார்.

"நான் என்ன செய்யட்டும் சுவாமி? எனக்கு இரண்டு பெண்கள். இருவருக்கும் திருமணம் செய்து வைத்தேன். ஒருத்தியை காலணி விற்பவனுக்குக் கட்டிக் கொடுத்தேன். இன்னொருத்தியைக் குடைகள் விற்பவனுக்குக் கட்டிக் கொடுத்தேன். நல்ல பருவநிலை இருக்கும்போது குடை வியாபாரம் நடக்காது. அவளது குடும்பம் என்ன பாடுபடுமோ

என்று அழுவேன். மழைக்காலத்தில் மிதியடி வியாபாரம் படுத்துவிடுமே. மற்ற பெண்ணின் குடும்பம் எவ்வளவு துன்பப்படுமோ என்று அழுவேன்." என்றாள் அவள். அழுதுகொண்டே!

அதைக் கேட்ட துறவி சிரித்துக்கொண்டே சொன்னார்:

"அப்படி ஏனம்மா நினைக்கிறாய்? மழைக்காலத்தில் குடை வியாபாரக் குடும்பம் நன்றாக இருக்குமே என்று மகிழ்ச்சி கொள். வெயில் காலத்தில் காலணி வியாபாரம் நடந்து, அந்தக் குடும்பம் நன்றாக இருக்குமே என்று மகிழ்ச்சி கொள். அப்படி நினைத்தால் எப்போதும் மகிழ்ச்சியாக இருக்கலாம் அல்லவா?"

அதைக் கேட்ட பெண், அழுகையை நிறுத்தினாள். சற்று யோசித்தாள்.

"ஆமாம் சுவாமி, நீங்கள் சொல்வது சரிதான்," என்று கண்களைத் துடைத்துக் கொண்டாள்.

அதற்குப் பிறகு, 'அழுகிற பெண்!' என்ற பெயர் மறைந்துவிட்டது.

எந்தப் பருவநிலையிலும் அவள் மகிழ்ச்சியாக இருந்தாள்.

மனமே புத்தர்.

காலம். நல்லதோ கெட்டதோ. அதை ஏற்றுக் கொள்வதில்தான் மனப் பக்குவம் வெளிப்படுகிறது.

> "ஏங்காதே, நெஞ்சேகேள்! எவ்வினைகள் வந்தாலும்
> ஏங்காதே! சற்றும் இளையாதே."
>
> — பட்டினத்தார்

அம்மாபிள்ளை ஞானி!

'ஷோன்' என்ற ஞானி, 'சோட்டோ ஜென்' என்ற பிரிவின் குருவாக விளங்கியவர்.

இளமைப் பருவத்தில் தந்தையை இழந்து தாயின் பராமரிப்பில் வாழ்ந்தவர். தாயின் மீது எல்லையற்ற பாசம் கொண்டிருந்தவர் அவர்.

கடைசி காலம் வரை தாய்ப் பாசத்தை அவரால் துறக்க முடியவில்லை, பட்டினத்தாரைப் போல.

எங்கு சென்றாலும் தம் தாயை அழைத்துக் கொண்டேதான் செல்வார்.

தியான மண்டபத்திற்குச் செல்லும்போதும் தாய் உடனிருக்க வேண்டும்.

ஞானம் பெற மடாலயங்களுக்குச் சென்றபோதும் தாயை அழைத்துத்தான் சென்றார். பெண்களுக்கு அங்கே அனுமதி இல்லை யென்றால், தனி வீடு ஒன்றை ஏற்பாடு செய்து கொண்டு தாயுடன் வசிப்பதை வழக்கமாகக் கொண்டிருந்தார்.

அங்கிருந்து மடத்திற்குச் செல்வார். பௌத்த நூல்களைப் பிரதி எடுப்பார். கிடைத்த கூலியைக் கொண்டு எளிய வாழ்வு வாழ்ந்து வந்தார்.

அவர் தம் தாய்க்கு மீன் வாங்கி வருவது வழக்கம். அதைக் கண்ட துறவிகள் அவரைக் கண்டித்தார்கள்; சிலர் கேலி செய்தார்கள். துறவிகள் அங்கே மீன் உண்பதில்லை.

இதையெல்லாம் கவனித்த அவருடைய அன்னை வேதனைப்பட்டார்.

ஒருநாள் தன் மகனிடம், "நானும் துறவியாகி விடுகிறேனப்பா. இனிப் புலால் உணவு எனக்கு வேண்டாம்," என்று சொல்லிவிட்டார்.

அதன் பிறகு, தாயும் மகனும் துறவறம் மேற்கொண்டு கற்கத் துவங்கினார்கள்.

'ஷோன்' இசையில் மிகுந்த ஆர்வமுள்ளவர். அருமையான யாழ் ஒன்று வைத்திருந்தார். மாலை வேளைகளில் அதை இசைத்துப் பாடுவது வழக்கம்.

ஒரு முழு நிலா நாளில், தாயும் மகனும் யாழிசைத்துப் பாடிக் கொண்டிருந்தபோது ஓர் இளம்பெண் அந்தப் பக்கமாக வந்தவள். அதை நின்று கேட்டு வியந்தாள்.

மறுநாள் அவள் அந்த வீட்டிற்கே சென்று யாழிசைக்கச் சொல்லிக் கேட்டு மகிழ்ந்தாள்.

சில நாட்களுக்குப் பிறகு அந்தப் பெண்ணை அவர் தெருவில் சந்தித்தார். அவள் அவரைத் தன் வீட்டிற்கு வரச்சொல்லி அழைத்தாள்.

அவரும் அங்கே சென்றார். அவள் அவரை மரியாதையாக உபசரித்தாள். அதைக் கண்ட. கேட்ட பலரும் அவரைக் கேலி செய்தார்கள்.

காரணம். அவள் ஒரு வேசி!

ஆனால். 'ஷோன்' அதைப்பற்றியெல்லாம் கவலைப்படவே இல்லை. அவளது அன்பு மட்டுமே அவர் கண்களுக்குப் புலப்பட்டது.

ஒருமுறை. அவர் ஞானோபதேசம் செய்ய வெளியூர் செல்ல நேர்ந்தது. சில நாட்கள் கழித்து அவர் ஊர் திரும்பியபோது அதிர்ச்சியான செய்தி காத்திருந்தது.

அவரது அன்னையார் காலமாகிவிட்டார்.

உடலைப் புதைப்பதற்கு எடுத்துப் போகும் நேரம். நண்பர்களும் மற்ற துறவிகளும் சவச்சடங்குக்கு ஏற்பாடு செய்து கொண்டிருந்தார்கள்.

'ஷோன்' தாயின் உடல் கிடத்தப்பட்டிருந்த இடத்திற்கு வந்தார்.

"அம்மா, நான் வந்துவிட்டேன்." என்றார்.

"மிகவும் மகிழ்ச்சி மகனே." என்று. அவரது தாய் சொல்ல வேண்டியதை. அவரே சொன்னார்!

சுற்றியிருந்தவர்கள் வியப்போடு பார்த்துக் கொண்டிருந்தார்கள்.

"எனக்கும் மகிழ்ச்சிதான் அம்மா," என்று தாய்க்குப் பதில் சொல்வதுபோல' அவர் சொன்னார்!

பிறகு, "சரி. சவச் சடங்கு முடிந்துவிட்டது. இனி இந்த உடலை நீங்கள் புதைத்துவிடலாம்." என்று சொன்னார்.

பெரிய ஞானியாக வாழ்ந்தவர் 'ஷோன்'.

அவரது இறுதிக் காலத்தில், அவரது சீடர்கள் அவரைச் சுற்றி அமர்ந்திருந்தார்கள்.

எங்கும் ஊதுவத்தியின் நறுமணம்.

சீடர்கள் மௌனமாக குருவையே பார்த்துக் கொண்டிருந்தார்கள்.

குருவின் முன்னால் அவரது தாயின் படம் இருந்தது.

அவர் தம் சீடர்களிடம், தாம் அன்று நண்பகல் உயிர்விடப் போவதாகக் கூறினார்.

பிறகு ஒரு கவிதையைக் கூறினார்.

"ஐம்பத்தாறு ஆண்டுகள்
முடிந்தவரை
நன்றாக வாழ்ந்தேன்.
என் பாதையை இந்த உலகில்
நானே சமைத்துக் கொண்டேன்.
இப்போது –
மழை நின்றுவிட்டது.
வானில் மேகங்களில்லை.
தெளிந்த நீல வானில்
பூரண நிலவு.

கவிஞர் புவியரசு

இந்தக் கவிதையை அவரது சீடர்கள் ஒரு மந்திரம் போலப் பாவித்துப் பாடியபடி இருந்தார்கள்.

அந்த வழிபாடு நடக்கையில் அவர் உயிர் அமைதியாய்ப் பிரிந்தது.

"சாதல் அழிதல் இலாது நிரந்தரம்
வெண்ணிலாவே - நின்
தண்முகம் தன்னில் விளங்குவ தென்னகொல்
வெண்ணிலாவே?"

— பாரதியார்

இனிக்கும் 'இன்று!'

ஒரு மனிதன் காட்டு வழியாகப் போய்க்கொண்டிருந்தான்.

பக்கத்துப் புதரில் ஏதோ சலசலப்புக் கேட்டது. திரும்பிப் பார்த்தான்.

அங்கே ஒரு புலி!

கிடுகலங்கிப் போய் ஓட ஆரம்பித்தான் அந்த மனிதன். புலியும் அவனை விடவில்லை. துரத்த ஆரம்பித்தது.

தலைதெறிக்க ஓடினான் அவன்.

கல்லும் முள்ளும் பார்க்காமல், காடுமேடெல்லாம் ஓடினான். புலியும் விடாமல் துரத்திக் கொண்டிருந்தது.

தப்பிக்க ஒரு வழியும் தென்படாத நிலையில், மேலும் ஓட முடியாத எல்லையில் ஒரு பள்ளத்தாக்கு தென்பட்டது.

கிடுகிடு பள்ளம்.

நின்றால் புலிக்கு இரையாக வேண்டும்.

எட்டிக் குதித்தாலும் மரணம்தான்.

வேறு வழியில்லாமல். பள்ளத்தாக்கின் விளிம்பில் சென்று நின்று மறுபக்கம் குதித்துவிட்டான்.

நல்ல வேளையாக கைக்கு ஒரு கொடி சிக்கியது. அதை சட்டென்று பிடித்துக் கொண்டு தொங்க ஆரம்பித்தான்.

பிறகு தொங்கியபடியே கீழே பார்த்தான். அவ்வளவு பெரிய பாதாளம் அல்ல அது. குதித்துத் தப்பிவிடலாம். கையை நழுவ விட்டால் போதும்.

ஆனால், அப்படிச் செய்ய நினைக்கும்போது கீழே ஒரு உறுமல் சப்தம் கேட்டது!

கொடியைப் பிடித்துத் தொங்கியபடியே கீழே பார்த்தான் அவன்.

அங்கேயும் ஒரு புலி! மேலே பார்த்துக் கொண்டிருந்தது. அவன் விழட்டும் என்று!

மேலேயும் அந்தப் புலி காத்திருக்கக் கூடும் என்று நினைத்து மேலே தலையை உயர்த்திப் பார்த்தான். புலியைக் காணோம். பதுங்கியபடி மேலே காத்திருக்கிறதோ?

அப்போது அவன் கண்ணில் இன்னொரு பயங்கரக் காட்சி தென்பட்டது!

அவன் இதயமே நின்றுவிடும் போலிருந்தது!

மேலே, விளிம்பில், இரண்டு எலிகள் அவன் பிடித்திருக்கும் கொடியைக் சுரண்டிக் கொண்டிருந்தன! ஒரு கறுப்பு எலி. ஒரு வெள்ளை எலி.

இன்னும் ஒரு சில நிமிடங்களில் கொடி அறுந்துவிடும். கீழே புலியின் வாயில் விழ வேண்டியதுதான்.

அப்போது, அவன் முகத்தருகே, பாறையின் பிளவிலிருந்து ஒரு செடியின் பகுதி கண்ணில் பட்டது. அதிலிருந்து சின்னச் சின்னதாய் ஒரு பழக் குலை அவன் வாயருகே.

இவ்வளவு நேரம் பயத்தில் அவன் அதைக் கவனிக்கவே இல்லை.

அவன் நாக்கை நீட்டினான். பழக்குலை வாய்க்குள் வந்தது.

சாப்பிட்டான். தேனாய் இனித்தது!

ஜென் வட்டாரங்களில் சொல்லப்படுகிற உருவகக் கதை இது.

கடந்த காலத்தை நினைத்து ஏங்காதே. எதிர்காலத்தை நினைத்து அஞ்சாதே. கையருகில் உள்ள நிகழ் காலத்தை அனுபவி. இல்லாத ஒன்றில் மனதைச் செலுத்தி, வீணாய்க் கையிருப்பில் உள்ள துடிக்கும் நிகழ் காலத்தை இழந்துவிடாதே என்கிறது ஜென்.

"சென்றதினி மீளாது மூடரே! நீர்
எப்போதும் சென்றதையே சிந்தை செய்து
கொன்றழிக்கும் கவலையெனும் குழியில் வீழ்ந்து
குமையாதீர்! சென்றதனைக் குறித்தல் வேண்டா.
இன்று புதிதாய்ப் பிறந்தோ மென்று நெஞ்சில்
எண்ணமதைத் திண்ணமுற இசைத்துக் கொண்டு
தின்று விளையாடி இன்புற் றிருந்து வாழ்வீர்!"

— பாரதியார்

'தகப்பன் சாமி!'

ஜப்பானின் கியோட்டோ நகரில் உள்ளது 'ஒபாக்கு' என்ற கோயில்.

புகழ்பெற்ற இந்தக் கோயிலுக்குப் போவோர் அதன் முகப்பில் மிகப் பெரிய எழுத்துக்களில் 'முதல் கொள்கை என்று எழுதியிருப்பதைப் பார்க்கலாம்.

மிக அழகான வடிவத்தில் அந்த எழுத்துக்கள் அமைந்திருப்பதாக ஜப்பானியர்கள் கூறுகிறார்கள். அதை எழுதியவர் ஞானி கோசென்.

இரண்டு நூற்றாண்டுகளுக்கு முன் எழுதப்பட்டது அது.

அதை எவ்வாறு எழுத வேண்டும் என்பதை முன்கூட்டியே முடிவு செய்ய, கோசென் சிறிய காகிதங்களில் பலவிதமான வடிவங்களில் எழுதி எழுதிப் பார்த்தார்.

வடிவை முடிவு செய்துவிட்டால், தச்சர் அதைக் கோயி லின் முன்பாகத்தில் அதே வடிவில் செதுக்கிவிட வசதியாக

இருக்கும் என்று. வித விதமாக எழுதிப் பார்த்தார் கோசென்.

பக்கத்தில் சீடன் ஏராளமாக மையையும். காகிதக் கட்டுகளையும் வைத்துக் கொண்டு அமர்ந்திருந்தான்.

முதல் வடிவை வரைந்ததும் குரு. சீடனிடம். "இது எப்படி இருக்கிறது?" என்று கேட்பார்.

"நன்றாக இல்லை." என்றான் சீடன்.

இன்னொரு விதமாக வரைந்துவிட்டு. "இது எப்படி இருக்கிறது?" என்று கேட்டார் குரு.

"ஊகூம். இது சரியில்லை." என்றான் சீடன்.

கோசென் தொடர்ந்து விதவிதமாக எழுதிக் காட்டிக் கொண்டே இருந்தார்.

சீடனோ சரியில்லை யென்று சொல்லிக் கொண்டே இருந்தான்.

எண்பத்து நான்கு விதங்களில் எழுதிவிட்டார் குரு. சீடன் ஒப்புதல் தரவே இல்லை.

பார்த்துப் பார்த்துச் சலித்த சீடன் சற்றே வெளியில் போனான்.

"அப்பா.... நல்ல வேளை தொலைந்தான். எதை எழுதினாலும் மறுக்கிறானே. அவன் உற்றுப் பார்த்தால் எழுதவே வரவில்லை. இப்போது விருப்பம் போல்

கவிஞர் புவியரசு

சுதந்திரமாய்க் கிறுக்கலாம்." என்று ஒரு காகிதத்தை எடுத்து வேகமாய் எழுதினார்.

வெளியில் போய் விட்டுத் திரும்பி வந்த சீடன், "பிரமாதம்!" என்றான்.

அந்த வடிவம்தான் இப்போது கோயில் முகப்பில் இருப்பது.

"என்னது யான் என்னல் அற்றோர்
எங்கிருந்து பார்க்கினும் நின்
சன்னிதிஆம். நீபெரிய சாமி பராபரமே."
– தாயுமானவர்

கருமி குரு!

இளம் மருத்துவன் கசுதா. அவனுடைய நண்பன் ஜென் படித்துக் கொண்டிருப்பதைக் கண்ட கசுதா, "நீ யாரிடம் கற்றுக்கொண்டாய்? ஜென் என்றால் என்ன?" என்று கேட்டான்.

"ஜென் என்றால் என்ன என்று என்னால் விளக்க முடியாது. ஆனால், ஒன்றை மட்டும் உறுயாகச் சொல்வேன். நீ ஜென்னைப் புரிந்து கொண்டால், மரணத்தைக் கண்டு அச்சமே வராது." என்றான் நண்பன்.

"அப்படியா? பெரிய விஷயம்தான். நானும் முயற்சி செய்கிறேன். ஒரு ஜென் குருவைச் சொல். போய்க் கற்றுக் கொள்கிறேன்." என்றான் கசுதா.

"நான்-இன் பெரிய குரு. அவரிடம் போ!" என்றான் நண்பன்.

கசுதா, 'நான்-இன்' இருப்பிடத்தை விசாரித்துத் தெரிந்து கொண்டு புறப்பட்டான்.

அவன் புறப்பட்டது ஜென்னைக் கற்றுக் கொள்வதற்கில்லை. ஜென்குரு மரணத்தைக் கண்டு அஞ்சாமல் இருப்பாரா என்று சோதனை செய்து பார்க்க!

அதற்காக ஒன்பதரை அங்குல நீளமுள்ள குத்தீட்டியையும் எடுத்துக் கொண்டு சென்றான். நான்-இன் இருந்த மடாலயத்தை அடைந்தான்.

அவனைப் பார்த்த ஜென் குரு, "வா தம்பி. எப்படி இருக்கிறாய்? என்ன இவ்வளவு காலம் வரவே இல்லையே." என்று நீண்ட நாள் பழகியவரைப் போல, மிக இயல்பாகக் கேட்டார்.

கசுதாவுக்கு வியப்பாக இருந்தது. "நான் உங்களை சந்தித்ததே இல்லையே சுவாமி," என்றான் கசுதா.

"அடடே! அப்படியா? ஆமாம். ஆமாம். நான் உன்னை வேறு ஆளாக நினைத்துவிட்டேன். உன்னைப் போல ஒரு மருத்துவன் முன்பு வந்து என்னைப் பார்த்துவிட்டுப் போனான். அவன்தான் நீ என்று நினைத்துவிட்டேன்," என்றார் குரு.

சந்திப்பு இவ்வாறு இயல்பாக அமைந்துவிடவே, அவரை சோதித்து அறியும் சிந்தனை அவனுக்கு வரவில்லை. அவரிடம் ஜென் பற்றி அறிவுறுத்துமாறு கேட்டுக் கொண்டான் கசுதா.

"அது ஒன்றும் பெரிய விஷயம் அல்ல தம்பி. அது ஒன்றுமே இல்லை. நீ பெரிய மருத்துவன்தானே. உன்னுடைய நோயாளிகளுக்கு சிகிச்சை அளிக்கும்போது, அதை அன்புடன், மனிதநேயத்துடன் செய். அதுதான் ஜென்" என்றார் குரு.

கசுதா ஊர் திரும்பினான். அவர் சொன்னபடியே செய்து வந்தான். ஆனால் அதுதான் ஜென்னா என்பது அவனுக்குச் சந்தேகமாக இருந்தது.

மூன்று முறை அவன் 'நான்-இன்'ஐ சந்தித்தான். அப்போதெல்லாம் அவர், "ஒரு மருத்துவன் இப்படியெல்லாம் நேரத்தை வீணாக்கக் கூடாதப்பா. போ! போய் மருத்துவம் பார்! நோயாளிகளை அன்புடன் கவனி," என்றே சொல்லி வந்தார்.

இந்த மாதிரியான சாதாரணக் கடமைக்கும் அச்சத்தைக் கொல்வதற்கும் என்ன தொடர்பு, என்று கசுதா அடிக்கடி நினைத்துக்கொண்டான். அவனுக்கு ஒன்றும் விளங்கவில்லை.

நான்காவது முறையாக அந்தக் குருவை சந்திக்கச் சென்றான் கசுதா.

"உனக்கு வேறு வேலை இல்லையா?" என்று கடிந்து கொண்டார் குரு.

"என்ன சுவாமி, இப்படியே சொல்லிக் கொண்டிருக்கிறீர்கள். ஜென் மரணபயத்தைக் கொல்லும் என்று என் நண்பன் சொன்னான் என்று வந்தேன். நீங்கள் ஒரு விளக்கமும் சொல்லாமல் 'உன் வேலையைப் பார்' என்று விரட்டிக் கொண்டே இருக்கிறீர்கள். என் நோயாளிகளைக் கவனிக்கச் சொல்கிறீர்கள். அது எனக்குத் தெரியாதா சுவாமி? அதுதானே என் வேலை. அதற்கும் மரண பயம் போவதற்கும் என்ன சம்பந்தம்? சரி. நான் இங்கு, இனி வரவேமாட்டேன்," என்றான் அவன்.

குருவின் முகத்தில் ஒரு மர்மப் புன்னகை தோன்றி மறைந்தது. பிறகு அவர், அவனை அருகில் அழைத்தார். முதுகில் தட்டிக் கொடுத்தார்.

"தம்பி, உன்னிடம் நான் கடுமையாகத்தான் நடந்து கொண்டேன். கஞ்சத்தனமாகத்தான் இருந்துவிட்டேன். உனக்கு இப்போது ஒரு வழி காட்டுகிறேன். அதைப்பிடித்துக் கொள். 'வாசலற்ற வாசல்' என்று ஒரு புனித நூல் இருக்கிறது. அதில் காணப்படும் முதல் சூத்திரம் 'மன விழிப்பு'. மனம் எப்போதும் விழித்திருக்க வேண்டும். இதுவே முடிவல்ல. இது முதற்படி. முயன்று பார்," என்று அந்த முதற் பாடலைச் சொன்னார்.

அது, 'ஒன்றுமில்லை' என்பது பற்றியது!

அந்த இளம் மருத்துவன் இரண்டு ஆண்டுக்காலம் தன் கடமையை ஈடுபாட்டுடனும், அன்புடனும் செய்து கொண்டே 'ஒன்றுமில்லை' பற்றிச் சிந்தித்துக் கொண்டும், குரு காட்டிய வழியில் பயிற்சி செய்து கொண்டுமிருந்தான்.

கடைசியில் பக்குவநிலை வந்துவிட்டது போல் தோன்றியது. அவன் மீண்டும் குருவை சந்திக்கச் சென்றான். அவர் அவனிடம் சற்று நேரம் பேசிக் கொண்டிருந்தார். இறுதியாக, "நீ இன்னும் பக்குவம் அடையவில்லை," என்று சொல்லி, அனுப்பி வைத்தார்!

ககுதா மீண்டும் ஒன்றரை யாண்டுகள் அதே மாதிரி தொடர்ந்து முயன்றான். கடைசியில் அவன் மனம் அமைதியடைந்தது. சிக்கல்கள் அகன்றன. 'ஒன்றுமில்லை'

என்பதுதான் உண்மை என்று புலப்பட்டது. இடைவிடாமல் நோயாளிகள் நலனில் ஈடுபாடு கொண்டு பணியாற்றி வந்ததில் ஒரு பக்குவ நிலை தோன்றியது. வாழ்வு, சாவு என்பதைப் பற்றிய சிக்கல்களிலிருந்து விடுதலை பெற்றான். அதை அவன் ஒரு பொருட்டாகவே எடுத்துக் கொள்ளவில்லை.

மனநிறைவுடன் குருவை சந்திக்கப் போனான் கசுதா.

குரு, அவனைப் பார்த்தவுடனே புன்முறுவல் பூத்தார்!

"சித்த நிருவிகற்பம் சேர்ந்தார் உடல்தீபம்
வைத்த கர்ப்பூரம்போல் வயங்கும் பராபரமே."
- தாயுமானவர்.

தேநீரில் கரைந்த கள்ளமனம்

ஜப்பானில் 'டைக்கோ' என்ற மாவீரர் ஒருவர் இருந்தார். அவர் வீரம் செறிந்த போராளி மட்டுமல்ல. பண்பாடு மிக்க மனிதநேயர். 'சா-நோ-யு' என்ற, தேநீர் வழங்கும் கலையில் மிகச் சிறந்தவராகத் திகழ்ந்தவர்.

அந்தக் கலையை 'சென்-நோ-ரிக்யூ' என்ற புகழ்பெற்ற ஆசானிடம் கற்றவர். டைக்கோ. யாராவது அவரைச் சந்திக்க வந்துவிட்டால், விழுந்து விழுந்து உபசரிப்பார். மிக உயர்ந்த முறையில் தேநீர் தயாரிப்பார். அதை அவர் வழங்கும் முறையே அலாதியானது. மிகுந்த கலை நுணுக்கத்தோடு அதை அவர் செய்வார்.

ஜப்பானியரின் பண்பாட்டில் பிரதான இடம் வகிப்பது தேநீர் வழங்கல். இது காலம் காலமாகக் காத்துப் போற்றி கைக்கொள்ளப்பட்டு வரும் கலைமரபு. அந்த மக்களின் பண்பாட்டுச் சின்னம்.

டைக்கோ அடிக்கடி தேநீர் விருந்து வைப்பது வழக்கம். அவருடைய பணியாளன் ஒருவனுக்கு அது பிடிக்கவில்லை.

மீண்டும் ஜென் கதைகள்

'எப்போது பார்த்தாலும் அவர் தேநீர் விருந்து கொடுப்பதிலேயே கவனமாக இருக்கிறார். தம் கடமைகளை அவர் சரியாகக் கவனிப்பதில்லை' என்று அவன் மேலிடத்தில் கோள் வைத்துவிட்டான். அவன் பெயர் 'காட்டோ'.

இதற்கெல்லாம் காரணம் மாவீரரின் குருநாதர் 'சென்-நோ-ரிக்யூ'தான் என்று அவன் நினைத்தான். அவர்தான் இப்படிப் பலபேரைக் கெடுத்துக் கொண்டிருக்கிறார். அவரைத் தீர்த்துக் கட்டிவிட்டால் எல்லாம் சரியாகிவிடும் என்று அவன் நினைத்தான்.

ஒருநாள் அந்தக் குருவை சந்திக்க அவன் போனான். உடைவாளையும் இடையில் கட்டிக்கொண்டு போனான் காட்டோ.

சும்மா ஒரு மரியாதைக்காக அவரைச் சந்திக்கச் செல்வது போலத்தான் அவன் போனான்.

ஆனால், அந்தக் குரு. அவனைப் பார்த்தவுடனே அவனது நோக்கத்தைப் புரிந்துகொண்டுவிட்டார். உள்ளுக்குள் சிரித்துக் கொண்டார்.

வழக்கம்போல, அமைதியுடன் வரவேற்றார்: அமரச் சொன்னார்: தேநீர் தயாரிக்க ஆரம்பித்தார்.

பிறகு அமைதியாக, "உங்கள் உடைவாளை வெளியில் வைத்துவிட்டு வந்து விடுங்கள். தேநீர் விருந்துக்கு அது உதவாது. ஒரு சாந்தமான சூழ்லில்தான் 'சா-நோ-யு' விருந்து நிகழ்த்தப்படுவது மரபு. தயவு செய்து அதை வெளியில் வைத்துவிட்டு வருகிறீர்களா?" என்று கேட்டார்.

கவிஞர் புவியரசு

'வந்ததே அவரைக் கொலை செய்ய. வாளை வெளியே வைத்துவிட்டு வந்து இங்கே என்ன செய்வது' என்று எண்ணமிட்ட காட்டோ, "ஐயா, நான் ஒரு வீரன். உடைவாள் இல்லாமல் என்னால் இருக்க முடியாது. இது எப்போதும் என்னுடன்தான் இருக்கும். இதை நான் கழற்றி வைப்பதே இல்லை," என்றான் அவன்.

குரு அமைதியாகப் புன்முறுவல் பூத்தார்.

"அப்படியா? சரி! இருந்துவிட்டுப் போகட்டும். தேநீர் சாப்பிடலாம்," என்று கூறிவிட்டு, தண்ணீர் கொதித்துக் கொண்டிருக்கும் அடுப்பருகே நகர்ந்தார்.

அது, காட்டோ அமர்ந்திருக்கும் இருக்கை அருகில், உயரமான திட்டின் மீது இருந்தது.

அவருடைய அமைதி, அசைவு, புன்முறுவல், அந்தச் சூழல் எல்லாம் திகைப்பூட்டும்படியாக இருந்தன.

குரு சட்டடென்று ஒரு காரியம் செய்தார்.

தண்ணீர்க் கெட்டிலைக் கவிழ்த்துவிட்டார். தெரியாமல் கைபட்டுவிட்டதுபோல அதைச் செய்தார்.

தண்ணீர் கரி அடுப்பில் கவிழ்ந்தது. 'சுர்ர்' என்று ஓசை எழுந்தது. தொடர்ந்து அடர்த்தியாகப் புகை.

சில வினாடிகளில் புகை, அறை யெங்கும் சூழ்ந்துவிட்டது. மூச்சுத் திணறியபடி காட்டோ அந்த அறையைவிட்டு வெளியே ஓடினான்!

குரு அமைதியாக நகர்ந்து, கதவருகில் நின்றுகொண்டு, வெளியில் நின்று கொண்டிருக்கும் காட்டோவைப் பார்த்து,

"உள்ளே வாருங்கள். தவறு என்னுடையதுதான். கவனப் பிசகாகக் கைபட்டு, தேநீர்ப் பாத்திரம் கவிழ்ந்துவிட்டது. மன்னிக்க வேண்டும். உடனே மறுபடியும் தேநீர் தயாரித்து விடுகிறேன். வாருங்கள் உள்ளே. தேநீர் சாப்பிடாமல் நீங்கள் போகக்கூடாது... அத்துடன்.... உங்கள் உடைவாளின் மீது கரித்துகள் சிந்திவிட்டது. அதை என்னிடம் எடுத்துக் கொடுங்கள். நன்றாகக் கழுவி சுத்தம் செய்து தருகிறேன்... வாருங்கள் உள்ளே... புகை மூட்டம் கலைந்து விட்டது." என்றார்.

உள்ளே புகை மூட்டம் கலைந்ததோ இல்லையோ. காட்டோவின் உள்ளத்திலிருந்த பகை மூட்டம் கலைந்துவிட்டது. அந்தக் குருவின் அறிவுக் கூர்மையையும். உயர்ந்த பண்பாட்டையும் வியந்த அவன், அமைதியாக உள்ளே சென்று, தேநீர் விருந்து ஏற்று, அமைதியுடன் திரும்பினான்.

"கொள்ளை வெள்ளத் தண் அருள்மேல்
கொண்டு சுழித்து ஆர்த்திழுத்தால்
கள்ளமனக் கப்பல் எங்கே
காணும் பராபரமே"

— தாயுமானவர்

சுத்த மௌனம்

சாரிபுட்டர் பெரிய அறிவாளி: வேதங்கள், உபநிடதங்களை யெல்லாம் நன்கு கற்றவர்; அந்தக் காலத்தின் புகழ்பெற்ற அறிஞராகவும், சிந்தனையாளராகவும் திகழ்ந்தவர்.

அவருக்கு நூற்றுக்கணக்கான சீடர்கள் இருந்தார்கள். அவர் ஒருநாள் புத்தர் பெருமானைக் காண வந்தார்.

'சும்மா' காண வரவில்லை. ஞானம் பெறவே வந்தார்.

"நீ வந்துவிட்டாயா? நல்லது. நீ ஓராண்டுக் காலம் மௌனவிரதம் பூண்டு இங்கே இரு. உனக்குக் கற்றுத்தர என்னிடம் எந்தக் கோட்பாடுகளும் இல்லை; உபதேசிக்க எந்த அறிவுரைகளும் இல்லை; விவாதிக்க எந்தப் பிரச்சனைகளும் இல்லை. 'சும்மா' என்னுடன் இரு." என்றார்.

சாரிபுட்டருக்கு வியப்பாக இருந்தது. மெய்ஞ்ஞானம் பெற வந்தால், இவர் சும்மா இரு என்கிறாரே! விளக்கங்கள் பெறலாமென்றால், மௌனவிரதம் மேற்கொள்ளச் சொல்கிறாரே!' என்று நினைத்தார். என்றாலும் புத்தர் சொன்னதை ஏற்றுக்கொண்டு, அவருடன் மௌனமாக இருக்க ஆரம்பித்தார்.

சில காலம் கழித்து, மௌலங்க பட்டர் என்ற அறிஞர் அங்கே வந்தார். அவரும், சாரிபுட்டரைப் போல மெய்ஞ்ஞானம் பெற வந்தவர்தான்.

அவரிடமும் புத்தர் பெருமான் முன்பு போலவே தான் சொன்னார்.

"ஒரு வருட காலம் என்னுடன் இரு. ஒரு கேள்விகூடக் கேட்கக் கூடாது. மௌனவிரதம் பூண்டிருக்க வேண்டும். உன் மனம் அலைபாய்கிறது. அது முதலில் அமைதியடைய வேண்டும். ஒரு வருடத்திற்குப் பிறகு, ஏதாவது கேட்க விரும்பினால் நீ கேட்கலாம். இந்த நிபந்தனைக்கு உட்பட்டால் நீ இங்கே, என்னுடன் இருக்கலாம்!" என்றார்.

மௌளலங்க பட்டரும் மௌன சம்மதம் அளித்துவிட்டு, புத்தருடன் தங்கிவிட முடிவெடுத்தார்.

சாரிபுட்டர் பக்கத்தில்தான் இருந்தார். அவர் அதைக் கண்டு கலகலவெனச் சிரித்தார்!

மௌளலங்கப் பட்டர் திகைப்படைந்து, "ஏன் சிரித்தீர்கள்?" என்று கேட்டார்.

"புத்தர் பெருமான் உங்களை ஏமாற்றப் பார்க்கிறார்! நீங்களும் ஏமாந்து விட்டீர்கள்! ஏதாவது கேட்க வேண்டியிருந்தால் இப்போதே கேட்டுவிடுங்கள்! ஓராண்டுக் காலம் மௌனம் காத்து தியானத்தில் இருந்த பின், உங்கள் மனதில் இப்போது எழுந்துள்ள வினாக்கள் மறைந்துவிடும். எனக்கும் அப்படித்தான் நேர்ந்துவிட்டது. ஓராண்டு மௌனத் தியானம், விவாதங்களை, ஐயங்களையெல்லாம் அழித்துவிடும். அப்புறம் கேட்பதற்கு ஒன்றுமே இராது. இது புத்தரின் தந்திரம்! அதனால், கேட்க நினைத்ததை இப்போதே கேட்டு விடுவது

நல்லது. அப்புறம் கேட்பதற்கு எதுவுமே இராது." என்றார் சாரிபுட்டர்.

ஆனால் புத்தர் என்னவோ தம் வாக்குறுதியில் உறுதியாகத்தான் இருந்தார்.

"நான் நிச்சயமாக உன் வினாக்களுக்கு விடையளிப்பேன். சந்தேகமே வேண்டாம். ஓராண்டு காத்திரு!" என்றார்.

மௌலங்க பட்டர் காத்திருந்தார்.

ஓராண்டுக் காலம் ஓடி மறைந்தது.

மௌலங்க பட்டர் அதை மறந்தே போனார்!

ஆனால் புத்தர் பெருமான் மறக்கவில்லை.

"மௌலங்கபட்டா! ஓராண்டு நிறைந்துவிட்டது. நீ உன் ஐயங்களை இனிக் கேட்கலாம்." என்றார்.

மௌலங்க பட்டர் எழுந்து மௌனமாக நின்றார்.

"கேட்பதற்கு எதுவும் இல்லை பெருமானே." என்று கூறிவிட்டு அமர்ந்து, விழிகளை மூடிக் கொண்டார்!

"சித்த மவுனி, வடபால் மவுனி,
நம் தீபகுண்ட
சுத்த மவுனி எனும் மூவருக்கும்
தொழும்பு செய்து
சத்த மவுன முதல்மூன்று மௌனமும்
தான் படைத்தேன்.
நித்த மவுனம் அல்லாமல் அறியேன்
மற்ற நிஷ்டைகளே."

— தாயுமானவர்

ஜென் வாயில்?

ஒரு பௌத்த சந்நியாசி, ஞான குருவைத் தேடி அலைந்து கொண்டிருந்தார்.

குறிப்பிட்ட மலைக்கப்பால் ஒருவர் இருப்பதாகக் கேள்விப்பட்டு சிரமப்பட்டு மலையேறிச் சென்று குருவின் ஆசிரமத்தை அடைந்தார்.

குருவும் அவரை வரவேற்றார்.

"உனக்கு என்ன வேண்டும்?" என்று கேட்டார்.

"ஜென் வாயில் வழியாக என்னை ஞானத்திற்கு இட்டுச் செல்லுங்கள் குருவே." என்றார் சந்நியாசி.

"நீ வரும் வழியில் ஒரு பெரிய பள்ளத் தாக்கைக் கண்டாயா?" என்று கேட்டார் குரு.

"ஆமாம் சுவாமி கண்டேன்."

"அங்கே, பள்ளத் தாக்கின் ஓசையைக் கேட்டாயா?"

சந்நியாசி தடுமாறிப் போனார்.

கவிஞர் புவியரசு

'பள்ளத்தாக்கின் ஓசையா! பள்ளத்தாக்கிலிருந்து என்ன ஓசை எழும்.' என்று சிந்தித்தார்.

பிறகு. "ஆமாம். கேட்டேன் சுவாமி." என்று ஒரு பொய்யைச் சொன்னார்.

"அப்படியா! நீ அந்த ஓசையைக் கேட்ட இடத்தில்தான் ஜென்னின் வாயில் ஆரம்பமாகிறது. அங்கே போய் எட்டிக் குதி!" என்றார் குரு.

அதிர்ந்து போனார் சந்நியாசி!

'வீணாக ஏன் இப்படி அலைகிறாய்? ஒரு மலர் பூப்பதில் உள்ளது அழகு. அந்த மலர் உதிர்வதிலும் அழகு இருக்கிறது. எல்லாவற்றிலும் அழகும், நன்மையும் உண்டு. அதைக் காணும் சக்தி படைத்தவனுக்கு வாயில் எங்கும் உண்டு. கதவுகள் இல்லா வாயில் அது. எதையோ கற்பித்துக் கொண்டு தேடி அலைவது வீண்' என்கிறது ஜென்.

இதைதான் ஜென்னுக்கே உரிய அதிர்ச்சி முறையில் சட்டென உணர்த்தினார் குரு.

> **"கண்ட இடம் எல்லாம் கடவுள் மயம் என்றறிந்து**
> **கொண்ட நெஞ்சர் நேய நெஞ்சில் கொண்டிருப்பது**
> **எந்நாளோ?"**
>
> **– தாயுமானவர்**

113

மீ.ஜெ.க. - 8

உள்ளதை உள்ளபடி...

புகழ்பெற்ற அறிஞர் லீ, ஜென் குரு 'யாஓஷன்' என்பவரை சந்திக்க விரும்பினார்.

குருவின் மடாலயத்திற்குப் பயணம் புறப்பட்டார்.

அவர் மடத்தை அடைந்தபோது, குரு ஏதோ சுலோகங்களை உரக்கச் சொல்லிக் கொண்டிருந்தார். லீ வந்ததை குரு கவனிக்கவில்லை.

நெடு நேரம் நின்று பார்த்தார் லீ. குரு கவனிப்பதாகத் தெரியவில்லை.

'இந்தக் குருவைப் பற்றி நிறையக் கேள்விப் பட்டிருக்கிறோம். பார்ப்பதைவிடக் கேள்விப்பட்டதுதான் சுவையாக இருக்கிறது. வராமலேயே இருந்திருக்கலாம்,' என்று நினைத்தார் லீ.

பிறகு, அவர் திரும்பி நடக்க ஆரம்பித்தார்.

"லீ!"

குரல் கேட்டுத் திரும்பினார் லீ.

அழைத்தது குருதான்.

"நீ காதுகளை மட்டும்தான் நம்புகிறாய். கண்களை நம்பவில்லையா?" என்றார் குரு.

லீ அதிர்ச்சியடைந்தார்!

தன் மன ஓட்டத்தை எவ்வாறு அறிந்து கொண்டார் இந்த ஞானி!

லீ, திரும்பி வந்து பணிந்து வணங்கினார்.

"என்னை மன்னிக்க வேண்டும். பொறுமையில்லாமல் திரும்பிப்போக முயன்றுவிட்டேன். அது என் தவறுதான்." என்று கூறி எதிரில் அமர்ந்தார்.

பிறகு. "சுவாமி. 'தாவோ' என்றால் என்ன?" என்று கேட்டார்.

"நீல வானத்தில் நீந்தும் மேகங்கள்.

சீசாவில் உள்ள தண்ணீர்." என்றார் குரு.

ஞானம் பெற்றார் லீ!

'மேகம்தான் தண்ணீராகிறதா. அல்லது தண்ணீர்தான் மேகமாகிறதா? என்று வீண் விவாதம் செய்து குழப்பிக் கொள்ளாதே. மேகத்தைக் காணும்போது அதைப் பார்த்து ரசி. தண்ணீராக இருக்கும்போது அதை எடுத்துக் குடி. இயற்கையை உள்ளபடியே ஏற்றுக்கொள்.' என்கிறது ஜென்.

மீண்டும் ஜென் கதைகள்

இதைத்தான் இரண்டு வரியில் இரத்தினச் சுருக்கமாகச் சொன்னார் ஜென் குரு.

"மண்ணெழுந்தும் நீரெழுந்தும் வாய்வெழுந்தும் தீயெழுந்தும்
விண்ணெழுந்தும் கூடியொரு வீடாகி - நண்ணரிய
மாயமெல்லாம் உண்டாக்கி வைத்தன் காண் நெஞ்சேஇக்
காயமெல்லாம் நானானால் கருது."

— பட்டினத்தார்

பேசரிய பொருள்!

யாஓஷன் நீண்ட காலமாக உபதேச உரை ஆற்றவே இல்லை. சீடர்களுக்கெல்லாம் சங்கடம்.

'என்ன இது! நம் குருநாதன் சும்மா இருக்கிறாரே!' என்று ஆதங்கப்பட்டனர். தங்களுக்குள் கசமுச என்று பேசிக் கொண்டனர்.

குருவுக்கு இதெல்லாம் தெரியும். என்றாலும் அவர் மௌனமாகத் தம் அன்றாடக் கடமைகளில் மூழ்கிப் போயிருந்தார்.

சீடர்கள் பொறுமை யிழந்துவிட்டார்கள்.

எல்லாரும் சேர்ந்து பேசி, சீடன் ஒருவரைக் குருவிடம் அனுப்பி வைத்தார்கள்.

சீடன் வந்தான். வணங்கினான். எதிரில் எழுந்து நின்றான்.

"என்ன?" என்றார் குரு.

"தங்கள் சீடர்களாகிய நாங்கள் அனைவரும் தங்கள் மெய்யுரை கேட்க ஆவலாக இருக்கிறோம். தாங்கள் ஒன்றுமே

பேசவில்லை. தாங்கள் ஞான மொழி கூறி எங்களுக்கு வழிகாட்ட வேண்டும். இதுதான் எங்கள் அனைவரின் வேண்டுகோள்," என்றான் சீடன்.

"அப்படியா? சரி! எல்லாரையும் கோயில் மண்டபத்தில் கூடியிருக்கச் சொல்! வருகிறேன்" என்றார் குருநாதர். சீடன் மகிழ்ச்சியோடு ஓடி எல்லார்க்கும் செய்தி சொன்னான்.

உடனே நூற்றுக்கணக்கான சீடர்கள் அனைவரும் மண்டபத்தில் கூடிவிட்டார்கள்.

குருவுக்குத் தகவல் போயிற்று.

அவர் வந்தார்.

சீடர்கள் ஆவலோடு காத்திருப்பதைக் கண்டார்.

ஆனால், ஒன்றும் பேசாமல் பார்த்துக் கொண்டே இருந்தார்.

சீடர்களும், அவர் எப்போது தொடங்குவார் என்று காத்திருந்தார்கள்.

மண்டபத்தில் பரிபூரண அமைதி நிலவியது.

ஆனால், குரு ஒன்றுமே பேசவில்லை.

நீண்ட நேரம் ஆன பிறகு, அவர் எழுந்து திரும்பிப் போக ஆரம்பித்தார்!

சீடர்களுக்கு அதிர்ச்சி!

'இதென்ன! இப்படிப் பேசாமல் பார்த்துவிட்டுப் போகிறாரே,' என்று குழப்பமடைந்தார்கள்.

கவிஞர் புவியரசு

ஒரு சீடன். துணிந்து அவர் முன்னால் ஓடி, "என்ன குருவே இது! ஒன்றுமே சொல்லாமல் போகிறீர்களே!" என்று கேட்டான்.

குரு திரும்பிப் பார்த்தார்.

"தர்மங்களை உபதேசிக்க நிறைய, சமய உபதேசிகள் இருக்கிறார்கள். ஒழுக்கங்களை உபதேசிக்க நீதிமான்கள் இந்த உலகத்தில் நிறையப் பேர் இருக்கிறார்கள். இது சரி, இது சரியில்லை. இது வேண்டும், இது கூடாது என்று அறிவுரைகள் சொல்ல நிறைய அறிஞர்கள் இருக்கிறார்கள். நானும் அப்படிச் சொற்பொழிவு செய்ய வேண்டும் என்றா எதிர்பார்க்கிறீர்கள்? ஜென் சொல்லுக் கடங்காதது. சொல்ல முடியாததை நான் எப்படி உபதேசிப்பது. அது இயல்பான இருப்பு. விளக்கத்திற்கு அப்பாற்பட்டது," என்று சொல்லிவிட்டு நகர்ந்தார் யாஓஷன்.

"பேதித்த சமயமோ ஒன்றுசொன் னபடிஒன்ற
பேசாது. துறவு ஆகியே
பேசாத பெரியோர்கள் நிர்விகற் பத்தினால்
பேசார்கள். பரம குருவாய்ப்
போதிக்கும் முக்கண்இறை நேர்மையாய்க் கைக்கொண்டு
போதிப்பது ஆச்சு அறிவிலே.
போக்குவரத்து அறஇன்ப நீக்கம்அற வசனமாப்
போதிப்பது எவர்ஐயனே?"

– தாயுமானவர்

எனக்காக நீ...

ஜென் ஞானம் பெற ஒருவர் குருவைத் தேடி வந்தார்.

குருவைக் கண்டு வணங்கினார்.

"ஜென்னைப் பற்றிச் சொல்லுங்கள்!" என்று கேட்டார்.

"ஜென்னைப் பற்றிச் சொல்வதானால்....." என்று கூறி நிறுத்தினார் குரு!

வந்தவர் ஆவலோடு காத்திருந்தார்.

"எனக்கு ஒன்றுக்கு வருகிறது." என்று சொல்லி எழுந்து போய்விட்டார் குரு.

வந்தவருக்கு ஒரே திகைப்பு!

'எவ்வளவு பெரிய தத்துவ ஞானத்தைக் கேட்க வந்திருக்கிறோம். இவர் ஒன்றுக்குப் போகிறேன் என்று சர்வ சாதாரணமாகச் சொல்லிவிட்டு எழுந்து போய்விட்டாரே!'. என்று நினைத்துக் கொண்டார்.

குருவின் வருகைக்காகக் காத்திருந்தார்.

சற்று நேரம் கழித்துக் குரு திரும்பி வந்தார்.

வந்தவர் குருவின் முகத்தை ஆவலோடு பார்த்தார்.

"நான் யாராக இருந்தாலும் ஒன்றுக்குப் போய்த்தான் ஆக வேண்டும். அதுவும் நானேதான் செய்ய வேண்டும். எனக்காக நீ செய்ய முடியுமா என்ன?" என்றார் குரு.

வந்தவர் ஞானம் பெற்றார்!

வாழ்க்கையைப் பற்றிய ஞானத்தை, விழிப்புணர்வை உபதேசங்களால் தெரிந்துகொள்ள முடியாது.

ஒவ்வொருவரும், அவரவர் வாழ்க்கை அனுபவத்திலிருந்து அவரவரே தெரிந்துகொள்ள வேண்டும். உணர்ந்து கொள்ள வேண்டும்.

இதில் இன்னொருவர் அனுபவம் மற்றவர்க்கு ஒத்து வராது. புத்தகங்களைப் படித்துவிட்டு, வாழ்வைப் பற்றிப் பேசுவது பிதற்றுவது ஆகும். அது கிளிப்பேச்சு ஆகும். அனுபவ ஆழம் இல்லாத அலங்காரப் பேச்சு அது.

"தற்போதத் தாலே தலைகீழது ஆகஐயன்
நற்போத இன்புவர நாள்செலுமோ பைங்கிளியே!"

— தாயுமானவர்

பெற்றது!

"நான் எல்லாவற்றையும் விட்டுவிட்டேன். வெறுங்கையுடன் வந்திருக்கிறேன். என் மனம் அமைதியாக இருக்கிறது." என்று ஒருவர் குருவிடம் வந்தார்.

"அப்படியா? சரி. அதை விட்டுவிடு!" என்றார் குரு.

வந்தவருக்குத் திகைப்பு!

"நான்தான் எல்லாவற்றையும் விட்டுவிட்டதாகச் சொன்னேனே சுவாமி. இனி எதை விட்டுவிடுவது?" என்றார் அவர்.

"விட்டுவிட ஒன்றுமில்லையா? சரி. அப்படியானால் அதை வைத்துக் கொள்!" என்றார் குரு.

'அதை விட்டுவிட்டேன், இதைத் துறந்துவிட்டேன்' என்று சொல்லிக்கொண்டே இருப்பவரால் எதையும் பூரணமாக விட்டுவிட முடியாது.

"பற்றிய பற்றுஅற உள்ளே - தன்னைப்
பற்றச் சொன்னான். பற்றிப் பார்த்த இடத்தே
பெற்றதை ஏது என்று சொல்வேன்!"

– தாயுமானவர்

கைவிளக்கு

சுவான் சியென் கி.பி. 780-865 காலத்தில் வாழ்ந்தவர். இளமைப் பருவத்திலேயே துறவறம் மேற்கொண்டவர். பெரிய ஞானியாகப் போற்றப்பட்டவர்.

பௌத்த மதத்தின் வைர சூத்திரங்களை மனப்பாடமாகச் சொல்லக்கூடியவர். அதனால் அவருக்கு 'வைர ஷோவு' என்ற பெயர் ஏற்பட்டுவிட்டது. 'ஷோவு' என்பது அவரது பட்டப் பெயர். பின்னாளில் 'தேஷன்' என்றும் பெயர் ஏற்பட்டது.

அவரது காலத்தில் அவருக்கு நிறையச் சீடர்கள் இருந்தார்கள். தெற்குப் பகுதியில் ஒரு ஜென் மடாலயம் அப்பொழுது மிகவும் புகழ்பெற்றுத் திகழ்ந்தது.

அதைக் கேள்விப்பட்ட சுவான் அதைக் கண்டு வரப் புறப்பட்டார்.

'தேஷன்' அங்கே புறப்பட்டது சும்மா பார்த்துவர அல்ல. தன்னைவிட அங்கே என்னதான் சொல்லிக் கொடுத்துவிட முடியும் என்ற இறுமாப்பில் புறப்பட்டார். முடிந்தால் ஒரு வாதம் நடத்திப் பார்க்கலாம் என்ற எண்ணமும் அவர் மனதில் இருந்தது.

ஹூனான் மாநிலத்தில் அவர் பயணம் செய்து கொண்டிருந்தபோது. அவர் மனம் கொந்தளித்துக் கொண்டிருந்தது.

ஏனென்றால் அவர் அந்த மடத்தை நெருங்கிக் கொண்டிருந்தார். அவர்களை ஒரு கை பார்த்துவிட வேண்டும் என்று மனதில் கறுவிக் கொண்டார். அவர் வைர சூத்திர நூலுக்கே விரிவுரை எழுதிய ஆள். அவரிடம் மோத யாருக்குமே துணிவில்லை. அவர் தாம் எழுதிய வைர சூத்திர விரிவுரை நூலையும். மற்றும் பல நூல்களையும் முதுகில் சுமந்து கொண்டுதான் போய்க் கொண்டிருந்தார்.

ஒருநாள் அவருக்குப் பசியும். களைப்பும் ஏற்பட்டது. எதிரில் ஒரு குடிசை தென்பட்டது. குடிசைக்கு முன்னால் ஒரு கிழவி உட்கார்ந்து தின்பண்டங்கள் விற்றுக் கொண்டிருந்தாள்.

தேஷன் அவளருகில் போய் அமர்ந்தார்.

புத்தகச் சுமையை இறக்கி வைத்தார்.

"பசிக்கிறது அம்மா. தின்பண்டங்கள் ஏதாவது கொடுங்கள்" என்றார்.

இந்தக் கிழவி அதைக் காதில் வாங்கிக்கொள்ளாமல், அவர் இறக்கி வைத்த மூட்டையை சுட்டிக் காட்டி. "அது என்ன?" என்று கேட்டாள்!

"அதுவா? அது சூத்திர விரிவுரை. நான் எழுதியது." என்றார் அவர்.

"என்ன சூத்திரம்?" என்றாள் கிழவி.

"வைர சூத்திர விளக்கம்." என்றார் அவர்.

"அப்படியா? நான் உங்களை ஒரு கேள்வி கேட்கப் போகிறேன். அதற்கு சரியான பதிலை நீங்கள் சொல்லி விட்டால், பசிக்கு உணவு சும்மாவே கொடுக்கிறேன்," என்றாள் அவள்.

அவருக்கு வியப்பாக இருந்தது.

'தின்பண்டம் விறகும் படிப்பறிவில்லாத கிழவி தன்னைக் கேள்வி கேட்பதா,' என்று நினைத்தாலும், பசி வயிற்றைக் கிள்ளவே, "சரி, கேள்!" என்றார்.

"வைர சூத்திரத்தில், ஓர் இடத்தில், 'இறந்த காலத்தின் மனதையும், நிகழ்காலத்தின் மனதையும், எதிர்காலத்தின் மனதை ஒருவரால் அடைய முடியாது' என்று சொல்லப்பட்டிருக்கிறது. அப்படியானால், இப்போது பசிக்கிறது என்று சொல்ல வைத்த மனம் எந்த மனம்?" என்றாள் கிழவி!

கிடுகலங்கிப் போய்விட்டார் அவர்!

பதில் சொல்லத் தெரியவில்லை அவருக்கு!

சிந்தித்துப் பார்த்தார். ஒன்றும் தோன்றவில்லை.

ஒரு சாதாரணக் கிழவியே இப்படி ஒரு கேள்வி கேட்டால், அந்தக் குருநாதர் எப்படி இருப்பாரோ என்று திகைத்தார்.

விறகு வெட்டியின் பாடலைக் கேட்ட ஏமநாதன் பயந்தோடிய திருவிளையாடல் கதைபோலத்தான் இருந்தது நிலைமை.

ஆனால், ஏமநாதனைப் போல இரவோடு இரவாக அவர் ஓடிப்போய்விடவில்லை.

அந்த கிழவி முன் அவர் தலை குனிந்து நின்று, "தாயே, எனக்குப் பதில் சொல்லத் தெரியவில்லை," என்றார்.

'கருங்காலிக் கட்டைக்கு நாணாத கோடரி இருங்கதலித் தண்டுக்கு நாணும்' என்ற பழமொழி மெய்யாயிற்று.

அந்தக் கிழவி லேசுப்பட்ட ஆளல்ல!

"பதில் சொல்லத் தெரியாத உனக்குத் தின்பண்டம் தரமாட்டேன். வேறு எங்காவது பார்" என்று மூட்டையைக் கட்டிக் கொண்டு கிளம்பிவிட்டாள்!

சுற்று வட்டாரமெல்லாம் ஜென் ஞானத்தின் ஒளியில் மூழ்கியிருப்பதை உணர்ந்தார் அவர்.

பக்கத்தில் 'லாங்டன்' என்ற ஞானி இருப்பதாக யாரோ சொன்னார்கள்.

அவரைப் பார்க்கலாம் என்று அந்த இடத்திற்குச் சென்றார் தேஷன்.

'லாங்டன்' என்றால், இராட்சத மிருகம் ('டிராகன்') வாழும் குளம் - என்று பொருள்.

மடத்தை அடைந்த தேஷன், குருவைக் கண்டார். அதாவது லாங்டனை.

இயல்பான அகங்காரம் தேஷனை விட்டுப்போய்விடவில்லை. அது வேரோடிய கர்வம்.

"இங்கே லாங்டனைப் பார்க்க வந்தேன். இராட்சத மிருகத்தையும் காணோம், குளத்தையும் காணோம்," என்று கேலியாகச் சொன்னார் தேஷன்.

என்றாலும் அவரை அமைதியாக ஏற்றுக் கொண்ட குரு. அங்கே தங்கியிருக்குமாறு கேட்டுக் கொண்டார்.

அந்த மடாலயம் அமைதியில் மூழ்கியிருந்தது. எங்கும் பூரண சாந்தி நிலவியது. தேஷனுக்கு அந்த இடம் பிடித்துப் போய்விட்டது.

"இரவு நேரமாகிவிட்டது. போய்ப் படுத்துக்கொள்ளுங்கள்," என்று தன் சீடர்கள் இருவரை அழைத்து. அவரை அழைத்துச் சென்று உபசரிக்கும்படிச் சொன்னார்.

சீடர்கள் அவரை மடத்திற்கு வெளியே அழைத்துச் சென்றனர். தங்க வைக்கும் அறை வெளியில் இருந்தது.

வெளியே இருட்டாக இருந்தது.

அதை அவர் சொன்னார். அது குருவின் காதில் விழுந்தது. உடனே அவர் ஒரு மெழுகுவர்த்தியைப் பற்றவைத்து தேஷன் கையில் கொடுத்தார்.

தேஷன் புறப்படத் திரும்பும் கணத்தில், அதை 'குப்'பென்று ஊதி அணைத்தார் குரு!

அந்தக் கணப் பொழுத்தில் ஏற்பட்ட திகைப்பால் விழிப்புணர்வு பெற்றார் தேஷன்!

கை விளக்கு அணைந்த சுடர் தெறிக்கும் கணத்தில் மெய் விளக்கு பற்றி எரிந்தது உள்ளே.

மறுநாள் காலை.

தேஷன் தன் புத்தகக் கட்டைச் சுமந்தபடி மண்டபத்திற்கு வந்தார்.

கவிஞர் புவியரசு

எல்லாவற்றையும் குவியலாக வைத்து அவற்றிற்கு நெருப்பு மூட்டினார்.

பல்லாண்டுக் காலம் அரும்பாடுபட்டு அவர் எழுதிய புகழ்பெற்ற நூல்கள் எரிந்து சாம்பலாயின.

மடாலயச் சீடர்கள் அதைத் திகைப்போடு பார்த்தார்கள்.

அதன் பிறகு அவர் பேசினார்:

"நான் இதுவரை பெற்ற நூலறிவு எல்லாம், பிரபஞ்ச வெளிமுன் ஒரு மயிரிழைக்குச் சமம். உலகின் அடிப்படை ஆற்றலை உணர்ந்து கொள்வதுகூட பாதாளத்தில் விழும் ஒரு நீர்த்துளிக்குச் சமம்தான். கைவிளக்கு அணையும் வரை, மெய் விளக்கு ஏற்றப்படுவதே இல்லை. ஊன்றுகோல்களைத் தூக்கி எறியாதவரை, நம் சக்தி நமக்குத் தெரியப்போவதில்லை," என்றார் மெய்ஞ்ஞானம் கைகூடப் பெற்ற தேஷன்.

> "கைவிளக்கின் பின்னே போய்க்
> காண்பார்போல் மெய்ஞ்ஞான
> மெய்விளக்கின் பின்னேபோய்
> மெய்காண்ப தெந்நாளோ!"
> – தாயுமானவர்

நான் அற்ற போது....

புத்தர் ஆறு ஆண்டுக்காலம் ஞானத்தைத் தேடி அலைந்தார். உண்மையான தேடல் அது. தீவிரமான தேடல் அது.

எத்தனையோ பேரை சந்தித்தார். யார் யாரிடமோ பேசினார். யார் என்ன சொன்னாலும் அதைக் கேட்டு, அதன்படி நடந்தார். மெய்ஞ்ஞான வேட்கை மிக அதிகமாக இருந்ததுதான் அதற்குக் காரணம்.

அவருக்கு வழிகாட்டிய, ஆலோசனைகள் சொன்ன அனைவருக்குமே அதிசயமாக இருந்தது. அவரது தீவிரத் தன்மையும், ஈடுபாடும் திகைப்பூட்டுவதாக இருந்தது.

அப்போது யாரோ ஒரு குரு-தினசரி அவர் ஒரு பருக்கை சோறுதான் சாப்பிட வேண்டும் என்று அறிவுரை கூற, புத்தர் அதையும் கடைப்பிடிக்க ஆரம்பித்தார். எப்படியாவது மெய்ஞ்ஞானம் அடைய வேண்டும் என்பது அவரது பிரதான நோக்கமாக இருந்தது.

அதற்காக அவர் எதையும் செய்யத் தயாராக இருந்தார்!

அவரது ஆறு ஆண்டுத் தேடலின் கடைசி காலத்தில் கிடைத்த உபதேசம் அது.

அப்படியே செய்தார் புத்தர்.

மூன்று மாத காலத்தில் அவர் வெறும் தோல் போர்த்திய எலும்புக்கூடு போல ஆகிவிட்டார்! வயிறு ஒட்டிப் பின்னுக்குப் போய் முதுகோடு சேர்ந்து கொண்டது கைகால்கள் எல்லாம் குச்சி குச்சியாய் மாறிவிட்டன.

அவரால் எழுந்து சரியாக நடமாடக் கூட முடியவில்லை. மூச்சு விடவும் சிரமமாக இருந்தது.

என்றாலும் அவருக்கு ஞானம் சித்திக்கவில்லை.

தேடுவதால் கிடைப்பதல்லவே ஞானம்!

ஆறாண்டுக் கால முயற்சிகள் வீண்தானோ என்று அவர் நினைத்தார். எத்தனை ஜபதபங்கள். மந்திரங்கள். அனுஷ்டானங்கள். உண்ணா நோன்புகள்! எல்லாம் செய்து பார்த்தாயிற்று. இனி என்ன பாக்கியிருக்கிறது?

ஆனால். அவர் என்ன செய்து கொண்டிருந்தாலும். நான் செய்கிறேன். என்ற தன்னுணர்வு இருந்து கொண்டே இருந்தது. 'இதற்காக இதைச் செய்கிறேன்' என்ற எண்ணம் இருந்து கொண்டேதான் இருந்தது.

'நான்' என்பது கழன்று விடவில்லை. எவ்வளவு ஈடுபாட்டுடன் தீவிரமாக எதைக் கடைப்பிடித்தாலும் அதற்குள் சின்னதாய் ஒரு 'நான்' இருக்கவே செய்தது.

எல்லாம் செய்து எலும்புக் கூடாகிக் களைத்துப் போனார் அவர். முடிந்த தெல்லாம் செய்தாயிற்று. இனிச் செய்வதற்கு எதுவும் இல்லை என்ற நிலை ஏற்பட்டது.

தளர்ந்த நிலையில், தள்ளாடியபடி அவர் அருகிலுள்ள ஆற்றில் குளிக்கப் போனார்.

நிரஞ்சனா ஆறு ஓடிக் கொண்டிருந்தது. ஓர் சிற்றாறு அது. தண்ணீரில் இறங்கி சரியாக நிற்கக் கூட முடியவில்லை அவரால். தண்ணீர் அவரைத் தள்ளிவிடும் போலிருந்தது.

சில வினாடிகளிலேயே அவர் ஆற்று நீரால் தள்ளப்பட்டு விழுந்துவிட்டார்.

அவரால் சமாளித்து எழக்கூட முடியவில்லை.

ஆற்று நீர் அவரை அடித்துக் கொண்டு போயிற்று.

அவரால் நீந்தவும் முடியவில்லை. வெள்ளத்தை எதிர்த்துப் போராடவும் முடியவில்லை.

ஆற்றின் போக்கில் அவர் போய்க் கொண்டிருந்தபோது, கரையோரத்து மரக்கிளை யொன்று ஆற்றுக்கு மேலே நீட்டிக் கொண்டிருக்க, அதைச் சிரமப்பட்டுப் பிடித்துக் கொண்டார் அவர்.

தன் முயற்சிகள் எல்லாம் எவ்வளவு வீண் என்று அவர் நினைத்தார். மெய் தளர்ந்த நிலையில் மனமும் தளர்ந்தது. நம்பிக்கை கழன்றது. 'இந்தச் சிற்றாற்றைக் கடக்க முடியாத நான் எவ்வாறு வாழ்க்கைக் கடலைக் கடக்கப் போகிறேன் என்று எண்ணினார். எல்லாம் வீண். தேடியடைய இங்கு எதுவும் இல்லை. ஞானத்தேடல் அர்த்தமற்றது. உலகில் தேடிக் கண்டு கொள்ள எதுவும் கிடையாது. இலட்சியங்கள் பொய்யானவை. எல்லாம் பொய்'. என்று அவர் மன ஓட்டம் சென்று கொண்டிருந்தது.

பிறகு, மிகவும் சிரமப்பட்டுக் கிளையைப் பற்றிக் கொண்டு கரையேறினார் அவர்.

தள்ளாடி நடந்து ஒரு மரத்தடியை அடைந்தார். அப்படியே சுருண்டு படுத்துவிட்டார்.

எல்லாம் இழந்து தளர்ந்த நிலை.

நகரக் கூட முடியவில்லை.

பூரணமாக எல்லாமே கழன்று போன நிலை.

நோக்கங்கள், முயற்சிகள், இலட்சியங்கள், குறிக்கோள்கள், நம்பிக்கைகள், எதிர்பார்ப்புகள் எதுவுமே அவர் மனதில் இல்லை.

நான் என்பதும் கழன்று கொண்டிருந்தது.

அந்தச் சூன்ய நிலையில் உறக்கம் வந்தது.

பகலும் இரவும் உறங்கினார். மறுநாள் வெள்ளி முளைக்கையில் விழிப்பு வந்தது.

மெல்ல எழுந்து அமர்ந்தார்.

கீழ் வானத்தில் மங்கிய ஒளி.

வெள்ளி மறைந்து கொண்டிருந்தது.

இனித் தேடல் இல்லை. செய்வதற்கு எதுவும் இல்லை. அடைய வேண்டியதும் எதுவும் கிடையாது. கனவுகள் இல்லாத ஆழ்ந்த உறக்கத்தின் பின் விழித்துக் கொண்ட அவருக்கு, எல்லாமே அர்த்தமற்றதாகப் பட்டது.

மறையும் விண்மீனைப் பார்த்தார்.

அந்தக் கணத்தில் அவர் பூரண ஞானம் பெற்றார்! பூரணமாக விழித்துக் கொண்டார்!

“சிந்தனை போய் நானெனல் போய்த்
தேக்க இன்ப மாமழையை
வந்து பொழிந்தனை நீ வாழி பராபரமே.”
– தாயுமானவர்

நஞ்சாகும் மருந்து

போதிதர்மர் என்ற ஞானி இந்தியாவிலிருந்து சீனத்திற்குச் சென்றார்.

சீன மாமன்னர் அவரை வரவேற்று மரியாதை செய்தார். மன்னர் பௌத்த மதத்திற்கு மாறியவர். ஏராளமான மடாலயங்களைக் கட்டினார். புத்தக் கோயில்களும் கட்டினார்.

புத்த மத நூல்கள் பலவற்றையும் எழுதச் செய்து பரப்பினார். நாள்தோறும் பல்லாயிரம் ஏழைகளுக்கு உணவளித்தார்.

இவற்றையெல்லாம் அவர் போதிதர்மரிடம் எடுத்துச் சொன்னார். ஆயிரக்கணக்கான புத்தர் சிலைகளை நிறுவியதையும் எடுத்துச் சொன்னார்.

அவற்றை யெல்லாம் கேட்டுக் கொண்டிருந்த போதிதர்மர் அசையவில்லை! ஒன்றும் பாராட்டிச் சொல்லவும் இல்லை!

வியப்படைந்த மாமன்னர், "நான் செய்தவை எல்லாம் அறச் செயல்கள் அல்லவா? இந்தப் புண்ணியங்கள் காரணமாக நான் சுவர்க்கத்திற்குப் போகமாட்டேனா?" என்று கேட்டார்.

கவிஞர் புவியரசு

"எல்லாம் வெறும் குப்பை. நீ நரகத்திற்குத்தான் போவாய்!" என்றார் போதிதர்மர்.

அதிர்ந்து போனார் மாமன்னர்!

"என்ன சொன்னீர்கள்? நான் நரகத்திற்குக்குப் போவேனா?"

"ஆமாம். நீ செய்தவை எல்லாம் புண்ணியச் செயல்களே. அதில் சந்தேகமில்லை. ஆனால், அவற்றால் உனக்குப் புண்ணியமில்லை என்பதுதான் உண்மை. உன் உணர்வுதான் அதற்குக் காரணம். நல்ல அறங்கள் நிகழ்ந்துள்ளன. 'நான் அவற்றைச் செய்தேன்' என்ற ஆணவ நினைப்புத்தான் விவகாரம். எப்போது அப்படி நினைத்தாயோ. அப்போதே அவை குப்பையாய்ப் போய்விட்டன. மருந்து நஞ்சாகிவிட்டது. அப்படி மாற்றியது 'நான்' என்ற ஆணவமே. ஆணவ முளை இருக்கும்வரை சொர்க்கவாசல் திறக்காது." என்றார் போதி தர்மர்.

"நான் ஆன தன்மை நழுவியே எவ்வுயிரும்
தான் ஆன உண்மைதனைச் சாருநாள் எந்நாளோ."

– தாயுமானவர்

உன்னில் உன்னை....

ஒரு பெரிய தத்துவஞானப் பள்ளியைத் தோற்றுவித்த லிஞ்சி, சிறுவனாக இருந்தபோதே துறவறம் பூண்டவர்.

மிகுந்த ஆர்வத்தோடு பௌத்த தர்மங்களைக் கடைப்பிடித்து ஞானியானவர். அதன் பிறகு அவர் ஜென்ஜோ என்ற ஊரில் தங்கி மாபெரும் மடாலயத்தையும் தத்துவ ஞானப் பள்ளியையும் தோற்றுவித்தார்.

லிஞ்சி மிகவும் வித்தியாசமான குரு.

திடீர் திடீரென்று உரக்கக் கத்துவது அவர் வழக்கம். அவரது உபதேசமே அதுதான்!

அந்த இரைச்சல் மூலமே தம் சீடர்கள் விழிப்புணர்வு பெற வேண்டும் என்பது அவர் எண்ணம்.

ஆனால், அவர் நினைத்தபடி நடக்கவில்லை.

அவரது சீடர்கள் ஞானம் பெறுவதற்குப் பதிலாக அவரைப் போலவே, திடீர் திடீரென்று 'ஆ!' 'ஊ' என்று கத்தத் தொடங்கினார்கள்.

இதைக் கவனித்தார் லிஞ்சி.

உடனே அவர்களை யெல்லாம் அழைத்தார்.

"நீங்களெல்லாம் இப்படித் தாறுமாறாகக் கத்திக் கொண்டு திரிகிறீர்கள். இதனால் ஒரு பயனும் இல்லை," என்று சொல்லி அவர்களை அடக்கினார்.

"சில சமயம் உரக்கக் கத்துவது சிறந்த உடைவாளுக்கு ஒப்பாகும். சில சமயம் அது சிங்கத்தின் கர்ச்சனைக்கு ஒப்பாகும். சில சமயம் அது மீன் தூண்டில். சில சமயம் அது ஓசையே அல்ல" என்றார் தம் சீடனிடம்.

சீடன் திருதிருவென்று விழித்தான்!

"என்ன புரிகிறதா?" என்று அதட்டினார்.

"புரிய..." என்று மெல்ல இழுத்தான் சீடன்.

"ஹா!" என்று பயங்கரமாக ஒரு கத்துக் கத்தினார் லிஞ்சி.

அவன் ஓடியே போய்விட்டான்!

கடுமையான. அச்ச மூட்டும் குருவாகத் திகழ்ந்தவர் அவர்.

ஒருமுறை அவர், போதிதர்மர் பெயரால் கட்டப்பட்டிருந்த கோயிலுக்குப் பயணம் புறப்பட்டார்.

அந்தக் கோயிலை அடைந்தபோது, அங்கே இருந்த ஒரு துறவி அவரை வரவேற்றார்.

லிஞ்சியிடம் துறவி ஒரு கேள்வி கேட்டார்.

"முதல் மரியாதை நீங்கள் யாருக்குத் தருவீர்கள்? போதி தர்மருக்கா? புத்தருக்கா?"

"இருவருக்குமே இல்லை!" என்று சொல்லிவிட்டுத் திரும்பி நடந்தார் லிஞ்சி.

புத்தரைத் தேடினால் புத்தரை இழந்துவிடுவாய்; போதி தர்மரைத் தேடினால் போதி தர்மரை இழந்துவிடுவாய்' என்கிறது ஜென்!

எந்தப் பக்கமும் சாராமல், எதையும் தேடாமல், சொந்த சுயத்தை அறிய வேண்டும் என்கிறது ஜென்.

"உன்னில் உன்னும் என்ற
உறுதி மொழியால் என்னிதயம்
தன்னில் உன்னி நன்னெறியைச்
சாருநாள் எந்நாளோ."

– தாயுமானவர்

ஒன்றில் ஒடுங்கும் எல்லாம்

'ஜுஹி' என்ற துறவி தனிமை நாடி ஒரு மலைக்குப் போனார்.

அங்கே ஓர் எளிய குடிசை கட்டிக் கொண்டு அமைதியாக வாழ்ந்து வந்தார்.

ஒருநாள் ஒரு பெண் துறவி அவரைக் காண வந்திருந்தாள். அவள் தலையில் ஒரு வைக்கோல் தொப்பி அணிந்திருந்தாள்.

அப்போது துறவி குடிசை வாசலில் அமர்ந்திருந்தார். பெண் துறவி நேராக அவர் முன்னே வராமல், அந்தக் குடிசையை மூன்று முறை வலம் வந்தாள். பிறகுதான் அவர் முன்னால் வந்து நின்று வணங்கினாள்.

"ஒரு வார்த்தை சொல்லுங்கள். சொன்னால் என் தொப்பியைத் தூக்கி உங்களுக்கு மரியாதை செய்வேன்", என்றாள் அவள்.

என்ன சொல்வது என்று துறவிக்குத் தெரியவில்லை. 'ஒரு சொல் என்றால், பெரிதாகச் சொல்ல வேண்டுமே! என்ன

சொல்வது? இவள் நம்மை மாட்டி வைத்துவிட்டாளே!" என்று திகைத்தார் அவர்.

"உங்களால் சொல்லமுடியவில்லை. நான் போகிறேன்." என்று திரும்பி நடந்தாள் அந்தப் பெண்!

'அவள் என்ன கேட்டாள்? அவள் வைக்கோல் தொப்பி எதைக் குறிக்கிறது?' என்று குழம்பினார் துறவி.

'இங்கே இத்தனைக் காலம் தனிமையில் தவமிருந்து என்ன பயன்? ஒரு சாதாரணப் பெண் துறவிக்கு ஏற்றதாக ஒரு வார்த்தை சொல்ல முடியவில்லையே!' என்று வருந்தினார் அவர்.

இனி அங்கே இருந்து பயனில்லை என்று மூட்டை கட்டிக் கொண்டு புறப்பட்டார்.

மலையை விட்டுக் கீழிறங்கி, சமநிலத்திற்கு வந்து, பயணம் தொடர்ந்தார்.

ஓரிடத்தில் தங்கியிருக்கும்போது, ஒரு குரு எதிர்ப்பட்டார்.

துறவியின் முகத்தைக் கூர்ந்து கவனித்தார்.

"ஏனப்பா, இப்படிக் கவலையில் ஆழ்ந்து கிடக்கிறாய்? என்ன விஷயம் சொல்!" என்று ஆதரவுடன் கேட்டார்.

துறவி நடந்ததை யெல்லாம் விரிவாக எடுத்துரைத்தார்.

"ஒரு பெண்ணுக்கு நான் தோற்றுப் போனேன் சுவாமி. அவமானமாக இருக்கிறது. நான் உயிர்வாழ்ந்து என்ன பயன்?" என்றார் தழுதழுத்த குரலில்.

"உனக்குச் சரியான பதில் வேண்டுமா?" என்று கேட்டார் குரு.

"ஆம், சுவாமி!" என்று ஆவலோடு சொன்னார் துறவி.

குரு தம் ஆள் காட்டி விரலை உயர்த்திக் காட்டினார்.

"எல்லா உண்மைகளும் இதிலிருந்துதான். எல்லாம் ஒன்றில் அடக்கம்," என்றார்.

"ஒன்று - பலவாய், ஓராயிரம், ஒரு லட்சம், கோடி கோடியாகப் பிரியும், பெருகும். ஆனால் எல்லாமே ஒன்றில் ஒன்றிவிடும்" என்றார் குரு.

துறவி அந்த விரலை உற்றுப் பார்த்தார்.

அந்த விரலில் அந்தப் பெண் துறவியின் உருவம் தெரிந்தது!

அவள் தன் தொப்பியை உயர்த்தி மரியாதை செய்தாள்!

துறவிக்கு ஞானம் பிறந்தது அந்தக் கணத்தில்!

"ஒன்றாகிப் பலவாகிப் பலவாகக் கண்ட
ஒளியாகி வெளியாகி உருவும்ஆகி
நன்றாகித் தீதாகி மற்றும் ஆகி
நாசமுடன் உற்பத்தி நண்ணாது ஆகி...."

— தாயுமானவர்

அவரவர் வேலையை...

சுவாங் ட்சு என்ற ஞானியிடம் ஒருவர் வந்து, நகரில் புல்லாங்குழல் வாசிப்பவனைப் பற்றி, "அவன் ஒரு திருடன்; பாவி," என்று சொன்னார். மேலும் அவனைப் பற்றி ஏகப்பட்ட குறைகளைச் சொன்னார்.

அதையெல்லாம் கேட்டுவிட்டு, "அவன் நன்றாகப் புல்லாங்குழல் வாசிக்கும் இசைக் கலைஞன் ஆயிற்றே." என்றார் ஞானி.

அதே சமயம் இன்னொருவர் அங்கே வந்தார்.

"அவனா? அவன் அற்புதமான கலைஞன்" என்றார் அவர்!

அதைக் கேட்ட ஞானி, "அவன் திருடனாயிற்றே" என்றார்!

குற்றம் சாட்டியவரும், பாராட்டியவரும் குழம்பிப் போனார்கள்.

இது என்ன! இவர் இப்படிச் சொன்னால் அப்படிச் சொல்கிறார்; அப்படிச் சொன்னால் இப்படிச் சொல்கிறார், என்று நினைத்தார்கள்.

"என்ன சுவாமி, இப்படி முரண்பாடாகச் சொல்கிறீர்களே?" என்று கேட்கவும் செய்தார்கள்.

அதற்கு அவர், "நான் சரிக்கட்டுகிறேன். சமநிலைப் படுத்துகிறேன். அவனை எடைபோட நான் யார்? நீங்கள் யார்? அதற்கு நமக்கு என்ன உரிமை இருக்கிறது? நான் எதையும் ஏற்றுக் கொள்வதும் இல்லை; மறுப்பதும் இல்லை. என்னைப் பொறுத்தவரை அவன் நல்லவனும் இல்லை; கெட்டவனும் இல்லை. அவன் அவன்தான். அவன் வேலையை அவன் பார்க்கிறான். உங்கள் வேலையை நீங்கள் பாருங்கள்! யாரையும் எடை போடாதீர்கள்!" என்றார்.

"பிண்ணங்குகின்றது ஏதடா? பிரக்ஞைகெட்ட மூடரே?
பிணங்கிலாத பேரொளி பிராணனை அறிகிலீர்.
பிணங்கும் ஓர் இருவினைப் பிணக்கறுக்க வல்லிரேல்
பிணங்கிலாத பெரிய இன்பம் பெற்றிருக்க லாகுமே!"
– சிவவாக்கியர்

தர்க்கத்திற்கு அப்பால்...

நாகார்ஜுனர் இந்திய நாட்டின் மாபெரும் ஞானியாகத் திகழ்ந்தவர்.

ஏராளமானவர்கள் அவரைப் பின்பற்றினாலும் அவர்கள் உள்ளுணர்வு கொண்டவர்களாக இல்லை.

நாகார்ஜுனரின் உபதேச மொழிகளைத் திரும்பச் சொல்லும் கிளிப்பிள்ளைகளாகவே அவர்கள் இருந்தார்கள். வீண் தர்க்க விவாதங்களில் ஈடுபடுகிறவர்களாகவே இருந்தார்கள்.

அவர்களில் ஒருவர் அறிவில் சிறந்தவர் என்று மிகவும் புகழ்பெற்றிருந்தார். தர்க்க மேதை அவர். 'உலகம் ஒரு பொய்த் தோற்றம்' என்பதை அவர் தம் வாதத் திறமையால் நிரூபித்து அனைவரையும் திகைக்க வைத்தார்.

ஒரு மன்னன் அவரைப் பற்றிக் கேள்விப்பட்டான். அவரைச் சந்திக்க வேண்டும் என்று ஆவல் கொண்டான். தன் அமைச்சரிடம் சொல்லி, அவரை அரசவைக்கு அழைத்து வரச் செய்தான்.

அறிஞர் அவைக்கு வந்தார். அரசன் அவரை வணங்கி, அமரச் செய்தான்.

கவிஞர் புவியரசு

"சுவாமி, நீங்கள், இந்த உலகம் பொய் என்று சொல்லி வருகிறீர்களாமே?" என்று கேட்டான்.

"ஆமாம். இந்த உலகம் மாயை," என்றார் அவர்.

"சுவாமி, இன்னொரு முறை நன்றாக யோசித்துவிட்டுச் சொல்லுங்கள். அப்படியெல்லாம் சும்மா சொன்னால் நான் ஒப்புக் கொள்ளமாட்டேன். அதற்கு நிரூபணம் தேவை. நீங்கள் சொல்வதை நிரூபித்துக் காட்ட வேண்டி வரும். தவறினால், நான் கடுமையாக நடந்து கொள்வேன். எதற்கும் யோசித்து விட்டுச் சொல்லுங்கள்!" என்றான் மன்னன்.

அந்த ஞானி தயங்கவே இல்லை.

"அதெல்லாம் ஏற்கனவே முடிவான விஷயம். பலமுறை இதை நான் சொல்லி வந்திருக்கிறேன், தர்க்க முறையில் நிரூபித்தும் இருக்கிறேன்," என்றார் அவர்.

மன்னர் என்ன செய்யப் போகிறார், என்ன திட்டம் வைத்திருக்கிறார் என்பது அவருக்கு அப்போது தெரியாது.

"சரி, வாருங்கள். வந்து நிரூபியுங்கள்!" என்று எழுந்தார் மன்னர்.

எல்லாரும் எழுந்தார்கள். மன்னர் அரண்மனையின் விசாலமான முற்றத்திற்கு வந்தார். ஓர் உயரமான மேடையில், இருக்கையில் அமர்ந்தார். அரசவையினரும் சுற்றிலும் ஆவலோடு நின்று கொண்டு என்ன நடக்கப் போகிறதோ என்று ஆர்வத்துடன் காத்துக் கொண்டிருந்தார்கள்.

ஞானி திடலுக்கு நடுவே அழைத்துச் செல்லப்பட்டார்.

அடுத்து, மதம் பிடித்த யானை யொன்று சங்கிலிகளால் கட்டப்பட்டு அங்கே கொண்டு வரப்பட்டது!

145

ஞானியையும், மதயானையையும் நடுவே விட்டுவிட்டுக் காவலர்கள் பாதுகாப்பாக ஓடி விட்டார்கள்!

தனக்கு முன்னால் ஒரு தனி மனிதன் நிற்பதைக் கண்ட மதயானை, அவரைத் துரத்த ஆரம்பித்தது.

தத்துவ ஞானி தலைதெறிக்க ஓடினார். யானையும் விடாமல் துரத்தியது.

"அய்யோ! என்னைக் காப்பாற்றுங்கள்! என்ன அநியாயம் இப்படிக் கொலை செய்யப் பார்த்து ரசிக்கிறீர்களே!.... காப்பாற்றுங்கள்! காப்பாற்றுங்கள்!" என்று அலறியபடியே ஓடிக் கொண்டிருந்தார் ஞானி.

யானை அவரைப் பிடித்துவிடும் ஆபத்தான கட்டத்தில், "அய்யய்யோ! காப்பாற்றுங்கள்!" என்று பயங்கரமாக அலறினார் ஞானி. "நான் சொன்னதை திரும்பப் பெற்றுக் கொள்கிறேன். உலகம் உண்மை. அரசே என்னைக் காப்பாற்றுங்கள்!" என்று அவர் அபயக் குரல் கொடுத்த பிறகுதான் அரசர் யானையைப் பிடித்துக் கட்ட உத்தரவிட்டார்.

ஏராளமான வீரர்களும், மாவுத்தர்களும் சேர்ந்து யானையைப் பிடித்துக் கட்டி, கட்டுத்தறிக்குக் கொண்டு போனார்கள்.

ஞானி நிம்மதியாகப் பெருமூச்சு விட்டார்.

எல்லாரும் பதற்றம் குறைந்து அரசவைக்குத் திரும்பினார்கள்.

மன்னர் தத்துவ ஞானியைப் பார்த்து, "இப்போது என்ன சொல்கிறீர்கள்? உலகம் உண்மைதானே?" என்று கேட்டார்.

"இல்லை மன்னா, உலகம் மாயைதான்," என்றார் தத்துவ ஞானி!

மன்னர் திகைத்துப் போனார்! அரசவையில் இருந்த அனைவரும் ஆச்சரியப்பட்டார்கள்!

"என்ன சொல்கிறீர்கள் சுவாமி? யானை கொல்ல வரும்போது உலகம் உண்மை என்று அலறினீர்களே. இப்போது என்ன இப்படிச் சொல்கிறீர்கள்?" என்றார் மன்னர்.

"யானை, மனிதர்கள் எல்லாமே பொய்த் தோற்றம்; மாயைதான்," என்று அழுத்தமாகச் சொன்னார் ஞானி.

"அப்படியா? சரி. மறுபடியும் உங்களை அந்த மதயானை முன் விடப் போகிறேன்!" என்றார் மன்னர்.

"நீங்கள் அப்படிச் செய்தால், முன்போல 'உலகம் உண்மை என்று அலறுவேன். ஆனால், ஆபத்து நீங்கிய பின் மறுபடியும் உண்மையைத்தான் சொல்ல வேண்டி வரும். உலகம் மாயைதான். இதில் சந்தேகமே வேண்டாம்," என்றார் தத்துவ ஞானி!

தத்துவ ஞானம் தந்திரமானது. தர்க்கத்தால் உள்ளதை இல்லை யென்றும், இல்லாததை இருப்பதாக்வும் சொல்லிவிட முடியும்.

ஆனால், உண்மை யென்னவோ தர்க்கத்திற்கு அப்பால்தான் இருக்கிறது.

"வெல்லாமல் எவரையும் மருட்டிவிட வகைதந்த
வித்தைஎன் முக்திதருமோ?
வேதாந்த சித்தாந்த சமரசநன் னிலைபெற்ற
வித்தகச் சித்தர்கணமே!"

— தாயுமானவர்

அமைதி?

போதிதர்மரிடம், அவரது சீடர்களிலொருவர் வந்தார்.

போதிதர்மர் அவரிடம், "உள்ளீடற்று வெறுமையாகி விடு! மௌனமாகிவிடு! அப்புறம் என்னிடம் வா!" என்று சொல்லி யனுப்பினார்.

சீடர் புறப்பட்டுச் சென்றார்.

பல ஆண்டுகளுக்குப் பிறகு திரும்பி வந்தார்.

"குருவே, நீங்கள் சொன்னபடி ஆகிவிட்டேன். வெறுமையும் அமைதியும் அடைந்துவிட்டேன்," என்றார்.

"அப்படியா? சரி போய், அந்த வெறுமையையும் அமைதியையும் தூக்கி எறிந்துவிட்டு வா!" என்றார்.

இந்தக் கதையை சொல்லும் ஓஷோ தரும் விளக்கம் இது.

"நீங்கள் ஒன்றை உணர்ந்தால் அது பிளவு பட்டே இருக்கும். சீடன் உணர்வது பரிபூரண அமைதியன்று. சுற்றுச் சூழல் அமைதியாக இருக்கக் கூடும். அப்போதும்கூட ஒருவர்

அமைதியாக இருக்கிறார் என்று சொல்லிவிட முடியாது. யார்தான் அதை உணர முடியும்?

"நீங்கள் உண்மையில் மௌனமாக இருக்கும்போதும் நீங்கள் உண்மையில் அமைதியாக இருப்பதில்லை. ஏனென்றால் அமைதி என்பது ஓசைகளின் எதிர்நிலை; ஓசையே இல்லாதபோது, அமைதி என்பது எப்படி இருக்க முடியும்? ஓசை மறையும் போதுதான் அதன் எதிர் நிலையாகிய அமைதியும் மறையும்.

" 'நான் அமைதியாக, மௌனமாக இருக்கிறேன்' என்று உங்களால் சொல்ல முடியாது. சொன்னால், உடனே அதை இழந்துவிடுவீர்கள்? அதனால்தான், 'அறிந்தேன், என்று சொல்கிறவன் அறியமாட்டான்' என்று உபநிடதம் சொல்கிறது. 'ஒருவன் அறிஞனாகும் போது, அவன் அறியாமையை அறிகிறான்' என்று சாக்ரடீசும் சொன்னார்."

"அறிந்த அறிவுஎல்லாம் அறிவுஅன்றி இல்லை;
மரிந்தமனம் அற்ற மவுனம் - செறிந்திடவே
நாட்டினான்; ஆனந்த நாட்டில் குடிவாழ்க்கை
கூட்டினான் மோன குரு."

– தாயுமானவர்

ஒரு சொல்!

போகூஜு என்ற ஜென் குருவைக் காண ஒருவர் அவசர அவசரமாக மடாலயத்திற்குள் வந்தார்.

"குருவே. நான் அவசரமாக ஓரிடத்திற்குப் போய்க் கொண்டிருக்கிறேன். நிற்க நேரமில்லை எனக்கு. இந்த வழியாகப் போய்க் கொண்டிருந்தேன். உங்கள் மடாலயம் கண்ணில் பட்டது. உள்ளே ஓடி வந்தேன். உங்களைப் பார்த்துக் கொஞ்சம் கேட்டுவிட்டுப் போக நினைத்தேன். அவரசம் ஏதாவது ஒரு சொல் சொல்லுங்கள். போதும். ஒரு சொல்போதும். அதை என் மனதில் பதிய வைத்துப் போற்றுவேன்." என்று படபடத்தார் அந்த வழிப்போக்கர்.

ஞானகுரு அவரை உற்றுப் பார்த்தார்.

பிறகு அமைதியான குரலில் பேசினார்.

"என்னை இவ்வாறு அவசரத்தில் வற்புறுத்தாதேயப்பா. ஒரு சொல் சொல்லிவிட்டால் போதும். உண்மை காணாமல் போய்விடும். நீ அவசரத்தில் இருக்கிறாயோ இல்லையோ, என்னால் எதுவும் சொல்ல முடியாது. இதை வேண்டுமானால் நினைவில் வைத்துக் கொள். நாம் போகூஜுவிடம்

ஞானமொழி கேட்டோம். அவரோ 'நான் ஒன்றும் சொல்ல முடியாதப்பா!' என்று சொல்லிவிட்டார் என்பதை மட்டும் நினைவில் வைத்துக்கொள்" என்றார் அவர்.

அந்த ஆளுக்கு ஒரே ஏமாற்றமாகிவிட்டது.

"என்ன சுவாமி, இப்படிச் சொல்கிறீர்களே! ஒரு வார்த்தைதானே கேட்டேன். சொல்லக் கூடாதா? என்று கெஞ்சினார்.

"அதுதான் சொன்னேனேயப்பா! ஒரு வார்த்தைகூட முழு உண்மையை அழித்துவிடுமே! சரி. ஒன்று செய்! என்னைப் பார்! பிறகு என்னை உனக்குள் போட்டு எடுத்துக் கொண்டு போ!" என்றார் குரு.

அந்த ஆளால் அது முடியவில்லை. ஏனென்றால் எப்படிப் பார்ப்பது என்பது அவருக்குத் தெரியவில்லை. அப்படித் தெரிந்திருந்தால் அவர் அந்த போகூஜூவைத் தேடிப் போயே இருக்கமாட்டார்!

"சமயப் பிரிவுகள் எல்லாம் அரைவாசி உண்மைகளையே சொல்கின்றன. அரைவாசி உண்மைகள் ஆபத்தானவை." என்கிறார் ஓஷோ.

ஆம். அரைவாசி உண்மைகள், முழுப் பொய்களைக் காட்டினாலும் ஆபத்தானவை!

அடையாளம் கண்டு எச்சரிக்கை கொள்க!

"வேதத்திலே தர்க்க வாதத்திலே
விளங்காது; விந்து
நாதத்திலே அடங்காது அந்த
வான்பொருள்! நாடிக் கொள்ளே!"

— தாயுமானவர்

நன்றியின் மறுபக்கம்

சீசெட்சு என்ற ஞானிக்கு ஏராளமான சீடர்கள் இருந்தார்கள். வருகிறவர்களை யெல்லாம் அவர் ஏற்றுக் கொண்டார்.

அவரது மடாலயத்தில் அவர்களைத் தங்க வைக்க போதிய கட்டடங்கள் இல்லாமல் சிரமமாக இருந்தது.

உமெசு என்ற வணிகர் இதைப் பற்றிக் கேள்விப்பட்டார். ஏதாவது உதவி செய்ய வேண்டுமென்று அவருக்குத் தோன்றியது.

தமது நன்கொடை மூலம் சீசெட்சு தேவையான மாணவர் இல்லங்களைக் கட்டிக் கொள்ளட்டும் என்று ஐநூறு பொற்காசுகள் தர முடிவு செய்தார்.

அதை குருவுக்குத் தெரிவித்தார். குருவும் சம்மதித்தார். உமெசு மடாலயம் சென்றார். பணப்பையைக் குருவின் முன்னால் வைத்து வணங்கினார்.

"சுவாமி, ஏற்றுக் கொள்ளுங்கள்!" என்றார்.

"சரி, எடுத்துக் கொள்கிறேன்," என்றார்.

'என்ன இவர்! இப்படிச் சாதாரணமாகச் சொல்கிறாரே! எவ்வளவு பணம்!' என்று எண்ணமிட்ட வணிகர், "பையில் ஐநூறு பொன் நாணயங்கள் இருக்கின்றன சுவாமி," என்றார்.

"அதுதான் முன்பே தெரிவித்துவிட்டீர்களே" என்றார் குரு. சாதாரணமாக.

வணிகருக்கு உள்ளூர வருத்தம். தன்னைப் புகழ்ந்து பேசாமல் போய்விட்டாலும் பரவாயில்லை, ஒரு நன்றியாவது தெரிவிக்கக் கூடாதா என்று எண்ணினார்.

"என்னதான் நான் பணக்காரன் ஆனாலும், ஐநூறு பொற்காசுகள் அதிகம்தான் சுவாமி" என்றார் வணிகர்.

ஏனென்றால், அந்தக் காலத்தில், ஒரு மூன்று பொற்காசுகள் கொண்டு ஓர் ஆண்டு வாழ்ந்துவிட முடியும்.

"என்ன! என்னை நன்றி சொல்லச் சொல்கிறீர்களா?" என்று வெளிப்படையாகவே கேட்டுவிட்டார் சீசெட்சு.

"சொன்னால் தப்பென்ன சுவாமி? அது ஒருவர் கடமையல்லவா?" என்றார் வணிகர்.

"நான் ஏனப்பா சொல்லவேண்டும்? பணம் கொடுத்த நீயல்லவா சொல்ல வேண்டும். நான் ஏற்றுக் கொண்டதற்கு" என்றார் குரு!

வணிகர் அதிர்ந்துவிட்டார்!

"யானை சேனை தேர்பரி யாவும் அணியாய்
யமன் வரும்போது துணையாமோ அறிவாய்.
ஞானஞ்சற்றும் இல்லாத நாய்கட்குப் புத்தி
நாடிவரும்படி நீ நின்று ஆடுபாம்பே!"

— பாம்பாட்டிச் சித்தர்

தலைக் கனம்!

ஹோகன் என்ற சீன ஞானாசிரியர், காட்டின் நடுவில் இருந்த ஒரு சிறு கோயிலில் வாழ்ந்து வந்தார்.

ஞானம் கைவரப் பெற்ற அவர் அநாவசியமான போதனைகளில் ஈடுபடாமல், இயற்கையோடு ஒன்றிப் போய் வாழ்ந்து வந்தார்.

ஒரு சமயம் அங்கே வந்த நான்கு புத்தபிட்சுகள் அவரைச் சந்தித்துப் பேசினார்கள். அவரும் அவர்களை அன்புடன் வரவேற்றார்.

சாதாரணமான முறையில் நலம் விசாரித்தார். உணவளித்து உபசரித்தார்.

அது பனிக்காலம். இரவு நேரத்தில் குளிர் மிகுதியாக இருந்தது. அவர்களுக்கும் உறக்கம் பிடிக்க வில்லை. ஆலய முற்றத்தில் நெருப்பு மூட்டிக் குளிர் காயலாமா என்று ஹோகனைக் கேட்டார்கள். அவரும் சம்மதித்தார்.

நான்கு பிட்சுகளும், நெருப்பு மூட்டிக் குளிர் காய்ந்து கொண்டிருந்தார்கள். வழக்கம்போல தாம் படித்தவற்றைப் பேசி விவாதித்துக் கொண்டிருந்தார்கள்.

அவர்கள் பேச்சிலிருந்து, அவர்கள் நிரம்பப் படித்த மேதைகள் என்று தெரிந்தது.

விவாதம் சூடு பிடித்தது.

கடைசியில் அகநிலை, புறநிலை பற்றித் திரும்பியது விவாதம்.

ஹோகன் கோயிலுக்குள்ளிருந்து வெளியே வந்து அவர்கள் அருகில் அமர்ந்தார்.

பிட்சுகள், உலகம் என்பது மனக் கருத்தான மாயையா, புறநிலை எதார்த்தமா என்பது பற்றி விவாதிக்கும் வேளையில், ஹோகன் இடையில் புகுந்து பேச ஆரம்பித்தார்.

"அதோ, அங்கே ஒரு பெரிய கல் கிடக்கிறது. அது வெறும் மனக் கருத்தா? அல்லது புறநிலை எதார்த்தமா?" என்று கேட்டார்.

"புத்தரின் கண்ணோட்டத்தில் பார்த்தால் எல்லாப் பொருள்களுமே மனக் கருத்தின் வெளிப்பாடுகளே. அதனால், அந்தப் பாறாங்கல் என் மனதில் இருப்பது மட்டுமே," என்றார் ஒரு பிட்சு.

"அவ்வளவு பெரிய கல்லை மூளையில் சுமந்து கொண்டு அலைகிறீர்களே! தலை ரொம்பக் கனக்குமே!" என்று ஒரு போடு போட்டார் ஹோகன்.

பிட்சுகள் தம் சாத்திரக் குப்பைகளை அந்தத் தீயில் போட்டுவிட்டு, அவரிடம் ஞானம் பெற்றார்கள்.

"சாத்திரத்தைச் சுட்டு சதுர்மறையைப் பொய்யாக்கிச்
சூத்திரத்தைக் கண்டு துயர் அறுப்ப தெக்காலம்?"

– பத்திரகிரியார்

குட்டை, நெட்டை

குருவைச் சுற்றிச் சீடர்கள் அமர்ந்திருந்தார்கள்.

ஒரு சீடன், "சுவாமி! பெளத்தத்தின் அடிப்படை என்ன?" என்று கேட்டான்.

குரு அவனை அருகில் அழைத்தார்.

"எல்லாரும் இருக்கிறார்களே. அவர்கள் எல்லாம் போனபின் உனக்குத் தனியாகச் சொல்கிறேன்." என்று அவன் காதில் கிசுகிசுத்தார்.

சீடனுக்கு ஏகப்பட்ட மகிழ்ச்சி. அவன் தன் இருப்பிடத்தில் போய்ப் பேசாமல் அமர்ந்து கொண்டான்.

தியானம் முடிந்து எல்லாரும் கலைந்து சென்றார்கள். சந்தேகம் கேட்ட சீடன் மட்டும் அப்படியே அமர்ந்திருந்தான்.

எல்லாரும் போய் விட்டார்களா என்று சுற்றுமுற்றும் பார்த்துவிட்டு, "குருவே! எல்லாரும் போய் விட்டார்கள்." என்றான் மெல்லிய குரலில்.

குரு எழுந்து நின்றார்.

சீடனும் ஆவலோடு எழுந்து நின்றான்.

"பின்னால் வா!" என்று சொல்லிவிட்டு வெளியில் சென்றார் குரு சீடன் ஆவலோடு பின் தொடர்ந்தான்.

மடாலயத்திற்குப் பின்னால் ஒரு பெரிய மூங்கில் புதர் இருந்தது.

அதன் முன்னால் போய்க் குரு நின்றார்.

சீடன் அவர் முகத்தையே பார்த்துக் கொண்டிருந்தான்.

"என்னை ஏன் பார்க்கிறாய்? அங்கே பார்! அதோ. அந்த மூங்கில் சிறியது. இந்த மூங்கில் பெரியது." என்று சொல்லி விட்டு. நகர்ந்து போய்விட்டார் குரு.

அவ்வளவுதான் உபதேசம்!

அதுதான் சீடனின் வினாவுக்கு விடை!

இந்த உலகில் சிலர் புத்திசாலிகள். சிலர் மடையர்கள். சில மூங்கில்கள் குட்டை. சில நெட்டை. அறிவாளியோ. முட்டாளோ. குட்டையோ. நெட்டையோ - ஒவ்வொருவருக்கும். ஒவ்வொன்றுக்கும் இவ்வுலகில் இடமும் உண்டு. காரணமும் உண்டு: பயனும் உண்டு: தனித்தனிச் சிறப்புகளும் உண்டு. என்பதுதான் குரு உணர்த்த வந்த கருத்து.

"நேச நிருவிகற்ப நிஷ்டையல்லால் உன்னடிமைக்கு
ஆசை உண்டோ? நீ அறியாதது அன்றே, பராபரமே."

– தாயுமானவர்

அவரவர் பார்வை

சீடன் : சுவர்க்க நரகங்கள் உண்டா சுவாமி?

குரு : உண்டு!

சீடன் : குரு ஜிங்ஷான் இல்லை யென்கிறாரே?

குரு : உனக்குத் திருமணமாகிவிட்டதா?

சீடன் : ஆமாம் சுவாமி. இரண்டு குழந்தைகளும் உண்டு.

குரு : ஜிங்ஷானுக்கு?

சீடன் : அவர் துறவி.

குரு : அதனால்தான் அவருக்கு அப்படி. உனக்கு இப்படி!

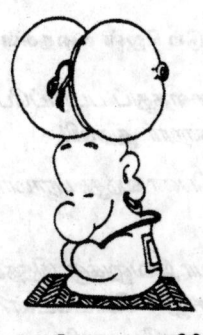

பட்டமரம்!

துறவி ஒருவருக்குக் குடிசை கட்டிக் கொடுத்து உபசரித்து வந்தாள் ஒரு பெண்மணி.

எத்தனையோ ஆண்டுகளாக அவள் அந்தத் துறவிக்கு இடைவிடாமல் உதவி செய்து வந்தாள்.

இருபது ஆண்டுகள் கடந்துவிட்டன.

துறவி என்ன மனநிலையில் இருக்கிறார் என அறிய அந்தப் பெண் ஒரு தந்திரம் செய்தாள்.

ஓர் இளம் பெண்ணை அழைத்து. அவளிடம் உணவுப் பாத்திரத்தைக் கொடுத்து. "இதைத் துறவியிடம் கொடுத்துச் சாப்பிடச் சொல். சாப்பிட்ட பின் அவரை நீ கட்டிப் பிடித்துக் கொள்! அவர் என்ன சொல்கிறார் என்று கவனித்துவா!" என்று அனுப்பி வைத்தாள்.

அந்த அழகிய இளம் பெண் அப்படியே செய்தாள்.

அவரைக் கட்டிப் பிடித்தபடி, "எப்படி இருக்கிறது சுவாமி?" என்று கேட்டாள்!

"பாறை நடுவில் முளைத்துப் பட்டுப்போன மரம். பனியில் சில்லிட்டிருக்கிறது," என்றார் துறவி!

அதை அந்த இளம்பெண் வந்து, பராமரிக்கும் பெண்ணிடம் சொன்னாள்.

"திருடன்! இதற்காகவா இவனுக்கு இத்தனை காலம் குடிசை கட்டிக் கொடுத்து சோறு போட்டேன்? கொஞ்சம் கூட இவனிடம் சுரணை இல்லையே. மனிதத் தன்மையே இல்லாமல் இறுகிப் போன இவனுக்கு, வீடெதற்கு?" என்று அவருடைய குடிசைக்குத் தீ வைத்தாள் அவள்!

"வெந்நீர் பொறாது என்உடல்; காலில் முள் தைக்கவும்
வெடுக்கென்று அசைத்து எடுத்தால்
விழி இமைத்து அங்ஙனே தண்ணருளை நாடுவேன்;
வேறொன்றை ஒருவர் கொல்லின்
அந்நேரம் ஐயோஎன் முகம் வாடி நிற்பதுவும்
ஐயநின் அருள் அறியுமே
ஆனாலும் மெத்தப் பயந்தவன் யான், என்னை
ஆண்டநீ கைவிடாதே!"

— தாயுமானவர்

போக்கு வரத்து?

குரு : மரணப் படுக்கையில் உள்ள உனக்கு நான் உதவட்டுமா?

சீடன் : எனக்கு என்ன உதவி உங்களால் செய்துவிட முடியும்? நான் தனியாக வந்தேன். இப்போது தனியாகப் போகிறேன்.

குரு : வந்ததாகவும், போவதாகவும் நீ நினைத்தால் அது குழப்பம். அது மயக்கம். வருவதும் இல்லை. போவதும் இல்லை. இதுதான் உண்மை.

"போக்குவரவு அற்றவெளி போல்நிறைந்த போதநிலை
நீக்கம் அறக் கூடிநினைப்பறுவது எந்நாளோ."

– தாயுமானவர்

இசுன் புறப்பாடு!

'இசுன்' ஒரு பெண் துறவி.

அறுபது ஆண்டுகள் நிறைந்த பின். மடாலயத்தின் முன்னால் விறகுக் கட்டைகளை அடுக்கித் தீமூட்டச் சொன்னாள். மற்ற துறவிகளிடம்.

அவ்வாறே செய்யப்பட்டது.

இசுன் அதன் நடுவில் போய் அமர்ந்து கொண்டாள்!

"ஐயோ! இது என்ன? தீ உங்களைப் பற்றிக் கொண்டதே! சுடுமே!" என்று கத்தினார்கள் எல்லாரும்.

"முட்டாள்தனமாய் உளறாதீர்கள்!" என்று சொல்லிவிட்டு. நெருப்பானாள் இசுன்!

"தீக்குள் விரலை வைத்தால் நந்தலாலா-நின்னைத்
தீண்டுமின்பம் தோன்றுதடா நந்தலாலா!"

\- பாரதியார்

சீன ஜென் குரு ககுவானின்
10 காளைகள்

பன்னிரண்டாம் நூற்றாண்டில் சீன ஜென் குரு ககுவான் முதன் முதலாக இந்தப் 10 காளைகள் என்ற குறியீட்டு ஓவியங்களை வரைந்தார். அதற்கான பத்து சூத்திரங்களையும் எழுதினார்.

சிவஞான போதச் சூத்திரங்களைப் போல, சீனாவில் புகழ் பெற்று விளங்குவது இந்தச் சிறிய நூல்.

மனிதத் தேடலின் குறியீட்டுச் சித்திரங்கள் இவை. அவருக்கு முன்பு நிலவி வந்த 'தாவோ' தத்துவக் காளை ஓவியங்களிலிருந்து புதிதாக வடிவமைக்கப்பட்டது இது.

முன்னதைக் காட்டிலும் அழகாகவும், அழுத்தமாகவும் தேடலைச் சொல்கிறது இந்தச் சிறு நூல்.

எட்டாவது ஓவியம் பரிசுத்தமான சூன்யத்தைக் குறிக்கிறது.

மீண்டும் ஜென் கதைகள்

தேடுவது காணாமற் போன காளையை. ஆனால், தேடுகிறவன் கண்டடைவது தன்னைத்தான்; தன் சுயத்தைத்தான்.

பல நூற்றாண்டுகளாக சீன நாட்டில் இது புகழ்பெற்று விளங்கி வருகிறது.

காளை ஒரு குறியீடு. வாழ்க்கையின் எல்லையற்ற நிரந்தரத்தைத் தேடிக் கண்டடைதலை இது சொல்கிறது.

ககுவான் எழுதிய கவிதைச் சூத்திரங்கள் எளிதானவை; மானிடத் தேடலை, அதன் அனுபவத்தை அனைவர்க்கும் புரியும்படிச் சொல்பவை.

காளையின் காலடிச் சுவடுகளைப் பின் தொடர்ந்து சென்று ஒருவன் கண்டு கொள்வது தன்னைத்தான்.

'தன்னை யறிந்தின்பமுற வெண்ணிலாவே - ஒரு
தந்திரம் நீ சொல்ல வேண்டும் வெண்ணிலாவே'

என்பதுபோல, தன்னைத் தானறிதலே மகா ஞானம். அதைச் செறிந்த சிறு நூலாய்த் தருகிறது இது.

விளக்கங்கள் என்னுடையவை; முன்னோர் மொழியைப் பின் பற்றியவை.

- புவியரசு

காணாமல் போன காளையைத் தேடி

இந்த உலகப் புல்வெளி தம்மில்
சொந்த எருதைத் தேடிப் போனேன்.
எந்தப் பெயரும் இல்லா ஆறுகள்,
ஏறிச் செல்லும் மலையின் பாதைகள்,
திக்குத் தெரியாக் காடுகள் - என்று
எங்கும் தேடி அலைந்து தளர்ந்தேன்.
காட்டின் நடுவே இரவு முழுவதும்
கேட்டது வெட்டுக் கிளிகளின் இரைச்சல்!

விளக்கம்:

"காளை காணாமற் போகவே இல்லை என்பதுதான் உண்மை! காளை ஒரு குறியீடு. எல்லையற்ற நிரந்தர வாழ்க்கையின் அடிப்படைத் தத்துவம் அது. இடையறாது இயங்கும் உண்மை அது. அதை நான் தொலைத்துவிட்டேன். என் உண்மையான சுயத்தை விட்டு விலகிப் போய்விட்டேன்.

அதைக் கண்டு கொள் முடியாமல் அலைகிறேன். 'புலனைந்தும் பொறி கலங்கி நெறி மங்கி அறிவு அழிந்திட்ட பின், திக்குத் திசை தெரியாமல் புற இருளில் அலைந்து திரிகிறேன். ஆன்சயும், அச்சமும், நன்மையும் தீமையும் என்னைச் சுற்றிச் சூழ்ந்து மாயவலை பின்னி என்னை மயக்கத்தில் ஆழ்த்திவிட்டன."

"திக்குத் தெரியாத காட்டில் - உனைத்
தேடித் தேடி இளைத்தேனே...."
– பாரதியார்

காலடிச் சுவடுகள் கண்ணில் பட்டன

நதிக்கரை மணலில், மரங்களின் நிழலில்,
நறுமணம் கமழும் புல்வெளி களிலே,
மலைச்சா ரல்களின் சரிவில் கூட
மாட்டின் காலடிச் சுவடுகள் கண்டேன்.
சுவர்க்கம் நோக்கிச் செல்வது போல
சுவடுகள் சற்றே சாய்ந்து தெரிந்தன.
எனது எருதின் குளம்படி யல்லவா?
எனக்குத் தெரியாமல் போகுமா என்ன!

விளக்கம்:

"'சுயம்' உண்டு என்பதை உணர்த்தும் காளையின் காலடிச் சுவடுகள் கண்டு கொண்டேன். ஒரு உலோகம் கொண்டு பல பாத்திரங்கள் செய்வது போல், உண்மையின் மாயத் தோற்றங்கள் பல என்னைச் சுற்றி வலை பின்னிவிட்டன. 'சுயம்' குழப்பத்திற்குள் சிக்கிக் கிடக்கின்றது. என்றாலும் அது.

இருப்பதன் சுவடுகள் தெரிகின்றன. அவை மேலே மேலே உயர்ந்து செல்லும் சுவடுகள். சிக்கலை அவிழ்த்துப் பிரித்துப் பார்க்காமல் உண்மையை அறிவது எவ்வாறு? வாசலைக் கடப்பதற்கு முன்பாகவே, நான் பாதையை உற்றுப் பார்க்க முடிந்தது, சுவடுகளின் போக்கைக் கண்டு. அவை என் சொந்த சுயத்தின் சுவடுகள் அல்லவா? அடையாளம் தெரியாமல் எப்படிப் போகும்?"

"-காளை யெருதரே, காட்டிலுயர் வீரரே,
தாளைச் சரணடைந்தேன்...."

– பாரதியார்

காளை இருப்பதைக் கண்ட போது....

கானகக் குயில்கள் கூவிடக் கேட்டேன்
வானகக் கதிரவன் வெதுவெதுப் பாக
வெயிலொளி தந்தான். தென்றல் தவழ்ந்தது.
ஆற்றங் கரையில் அணிவகுத்து நின்றன,
வில்லோ மரங்கள் வரிசை வரிசையாய்.
எந்தக் காளை இதற்குள் மறையும்?
மாபெரும் தலையுடன் கொம்புகள் இரண்டை
வரைய எந்த ஓவியனால் முடியும்?

விளக்கம்:

"குரல் கேட்டால் இருக்குமிடம் தெரிந்துவிடும். இயற்கையில். இயல்பில்தான் உண்மை வெளிப்படும். இயல்பில் அது மறைந்து நிற்காது. ஐந்து புலன்களும். ஆறாவதான அறிவும் ஒன்று கலந்து விடும்போது. தரிசனத்திற்கான வாயில் திறந்துவிடும். அது. சுயதரிசன

வாயில்! உள்ளே நுழைந்தால் தலை தெரியும். இது உப்பு. நீரில் கரைந்திருப்பது போல. நிறம், சாயத்தில் கலந்திருப்பது போல. சுயத்திலிருந்து எந்தச் சிறு பகுதியும் மறைந்து கொள்ளாது. விலகி நிற்காது. அது சொல்லுக் கடங்காதது."

> "வானமெங்கும் பரிதியின் சோதி
> மலைகள் மீதும் பரிதியின் சோதி
> தானை நீர்க்கடல் மீதிலும் ஆங்கே
> தரையின் மீதும் தருக்களின் மீதும்
> கான கத்திலும் பற்பல ஆற்றின்
> கரைகள் மீதும் சோதி
> மானவன்றன் உளத்தினில் மட்டும்
> வந்து நிற்கும் இருளிது என்னே!"
> — பாரதியார்

மாட்டைப் பிடிக்க முயன்ற போது...

கடுமையான போராட்டத் தின்பின்
காளையைக் கயிற்றால் கட்டிப் போட்டேன்.
களைப்போ தளர்வோ இல்லாக் காளை!
கணமும் தளரா முரட்டுக் காளை!
கட்டிய பின்னே கட்டுகள் அறுத்து
எட்டிய மலையின் சிகரம் நோக்கியோ
நுழைய முடியா பாதா ளத்திற்கோ
இழுத்துப் போகும் என்னை அதுதான்.

விளக்கம்:

" 'காராரும் ஆணவக் காட்டைக் களைந்தவுடன்' காளையின் இருப்பிடம் தெரிந்துவிட்டது. இன்று அதைக் கண்டு கொண்டேன். என்றாலும் அதற்கு இயற்கையின் ஆசை பச்சைப் புல்வெளிகள் தேடி அது நகர்ந்து நகர்ந்து செல்ல ஆரம்பித்துவிட்டது. அது அசையாத மனமும், அடங்காத

ஆற்றலும் கொண்டது. அதை எப்படி அடி பணிய வைப்பது? எவ்வாறு அதைக் கட்டிப் போடுவது? சாட்டையை உயர்த்தாமல் வழியில்லை என்று தோன்றுகிறது."

"காட்டில் மேயும் காளை போன்றான்
காணுவீர், தீ! தீ! - இந்நேரம்
ஓட்டி யோட்டிப் பகையை எல்லாம்
வாட்டுகின்றானே - இந்நேரம்."
– பாரதியார்

காளையை அடக்கிக் கட்டிப் போட...

காளையை அடக்கக் கயிறும் வேண்டும்
சுழற்றி அடிக்க சாட்டையும் வேண்டும்.
இல்லா விட்டால் கட்டுகள் அறுத்துச்
செல்லும், புழுதி படிந்த சாலை.
மென்மை யாகவும் பக்குவ மாகவும்
நன்கு அடக்கிப் பயிற்சி தந்தால்
கட்டுப் பட்டு அடங்கி நடக்கும்
கட்டுத் தறியில் கட்டாமல் கூட!

விளக்கம்:

"மனதில் ஓர் எண்ணம் எழும்போது, அடுத்து உடனே இன்னொரு எண்ணம் கடலலை போல் பாய்ந்து வருகிறது. இது இப்படியே தொடர்கிறது, ஒன்றின் மேல் ஒன்றாய். முதல் எண்ணம் ஞானத்தால் எழுந்தால், அடுத்து வரும் எண்ணமும் அப்படியே எழும். குழப்பத்தில் 'எல்லாமே பொய்மையாகும்.

குழப்பத்திற்குக் காரணமான மாயத் தோற்றம், புற உண்மையால் விளைவதன்று; அகத்தால் விளைவது அது. மனதின் மூக்கணாங் கயிறை இறுகப் பற்றி இழு! எந்தச் சந்தேகத்திற்கும், குழப்பத்திற்கும் இடங்கொடாதே! உன் உள்ளம் உன் வசமே இருக்கட்டும். அதன் வசம் நீ இழுபட்டு அலையாதே!"

> "உடலைக் கட்டு; உயிரைக் கட்டலாம்.
> உள்ளத்தைக் கட்டு; சக்தியைக் கட்டலாம்."
>
> – பாரதியார்

எருதின் மேலேறி இல்லம் நோக்கி...

மாட்டினைப் பிடித்து அதன்மேல் ஏறி
வீட்டை நோக்கிப் பயணம் செய்தேன்.
எனது புல்லாங் குழலின் இசையோ
இனிதாய் மிதக்கும் மாலைப் பொழுதில்.
தாளம் போட்டு இசையை அளப்பேன்
நீளச் செல்ல அனுப்புவேன் அதனை.
என்றன் இசையைக் கேட்டவர் எல்லாம்
என்றன் கூடச் சேர்ந்து பாடுவர்.

விளக்கம்:

"போராட்டம், இழுபறி முடிந்தது. இலாபமும், நட்டமும் என் கட்டுக்குள் அடங்கியது. காட்டுவாசிகளின் பாடலை நான் பாடுகிறேன். குழந்தைகளின் ராகத்தில் பாடுகிறேன்: எருதேறிப் பார்த்தால் முகிலும், வானமும் தெரிகிறது. நான் இனித் தொடர்ந்து செல்ல முடியும். எவரும் என்னைப் பின்னுக்குத்

திரும்பிவர அழைக்க முடியாது. அழைத்தாலும் போகமாட்டேன். மற்றவர்தாம் என் கூடச் சேர்ந்துவர வேண்டும்."

"வண்டியை மாடு இழுத்துச் செல்கிறது.
அங்கு மாட்டின் உயிர் வண்டியிலும் ஏறுகிறது.
வண்டி செல்லும்போது உயிருடனேதான் செல்கிறது."

— பாரதியார்

காளை இனிமேல் அமைதி கொள்ளும்

காளையின் மேலே ஏறி யமர்ந்து
கானகம் விட்டு வீட்டை அடைந்தேன்.
இதயம் அமைதி யடைந்து நிறைந்தது.
இனிமேல் காளை ஓய்வு கொள்ளலாம்.
விடியல் வந்தது. விழிகள் திறந்தேன்.
விரவிய பரவச நிம்மதி நிலவ
சாட்டையைக் கயிற்றைத் தூக்கி எறிந்தேன்
மேட்டில் இருந்தஎன் குடிசையி லிருந்து!

விளக்கம்:

"எல்லாமே ஒரே ஒரு பொது விதிக்குள் அடக்கும். காளைமாடு கொண்டு ஓர் உண்மையை உணர்த்தினோம். மனிதன் - மாடு என்ற உறவு, முயல் - பொறி என்ற உறவு; மீன் - வலை என்ற உறவு. பொன்னை மூடிய களிம்பு போல, நிலவை மறைத்த மேகம் போல, மனதை மூடிய மாயை அகல,

"உண்மை துலங்கும்; சுயம் பிரகாசிக்கும். அப்புறம் தென்படுவது ஒரே ஒரு வழிதான். ஒளி மயமான நெடுவழி அது. முடிவே இல்லாப் பெருவழி. பரவெளி அது. அதில் செல்லும் பயணம், கால எல்லைக்குள் கட்டுப்படாது நீண்டு சென்று கொண்டே இருக்கும்."

> "இருளை நீக்கி ஒளியினைக் காட்டுவாய்!
> இறப்பை நீக்கி அமிர்தத்தை ஊட்டுவாய்!"
> – பாரதியார்

ஆழ்ந்து செல்லும் அகழும், காளையும்

மனிதனும் மாடும் சாட்டையும் கயிறும்
தனித்தனி யின்றி ஒன்றாய்க் கலந்து
ஒன்றில் கரைந்தன. அதன்பின் அந்த
ஒன்றும் மறைந்தே இல்லா தாயிற்று!
எந்தச் செய்தியும் கறைசெய முடியா
அளவுக்கு வானம் அகன்று விரிந்தது.
எரியும் தீயில் இருக்குமோ பனித்துளி?
தெரிகின்றனபார், ஞானியார் சுவடுகள்!

விளக்கம்:

"வேறுபாடுகள் மறைந்தன. வேலிகள் தகர்த்த மனம் தெளிந்த வானமாயிற்று. இனி ஞானமும் எனக்குத் தேவையில்லை. ஞானமில்லா இடத்தில் எனக்கும் இடமில்லை! இரண்டும் இல்லா நிலையில் இருப்பினும், கண்கள் என்னைக் காணவில்லை. ஆயிரம் பறவைகள் என் பாதையில் மலர்கள் தூவினாலும், புகழ்ந்து பாடினாலும், எனக்கு அவை

அர்த்தமற்றவை. எதுவும் என்னைக் கட்டுப்படுத்தாது. எதுவும் என்னைக் களங்கப்படுத்தாது. எதுவும் என்னைக் கவர்ந்து இழுக்காது."

> "துன்பமும் இல்லை - கொடுந்
> துன்பமும் இல்லை - அதில்
> இன்பமும் இல்லை; பிறப்பிறப் பில்லை"
>
> – பாரதியார்

சுயத்தின் ஆதி இருப்பைத் தேடி...

ஆணி வேரின் இருப்பிடம் விட்டு
அகன்று போனோம் அதிக தூரம்.
ஆரம்ப காலம் முதலாய் இங்கே
அந்தக ஊமையாய் இருந்திருக் கலாமே!
சொந்த சுயத்தில் வாழ்வது என்பது
எந்த இன்மைக்கும் கவலைப் படாதது.
நதிகள் பாயும் அமைதியாய் அங்கே.
நதிக்கரை தன்னில் சிவந்த மலர்கள்.

விளக்கம்:

"ஆரம்பத்திலிருந்தே உண்மை தெளிவாகத்தான் இருக்கிறது; அமைதியில் ஆழ்ந்திருக்கிறது. அதன் ஒருமைப்பாட்டையும், சிதறிய நிலைகளையும் நான் கவனித்துக் கொண்டுதான் வந்திருக்கிறேன். ஒரு வடிவத்திற்குள் கட்டுப்படாதவரை, சீர்திருத்த வேண்டிய அவசியமே இல்லை.

மீண்டும் ஜென் கதைகள்

மரகதப் பச்சையாகத் தண்ணீர். கருநீல நிறத்தில் மலை. எது படைக்கிறது. எது அழிகிறது என்பதை என்னால் இப்போது காண முடிகிறது. பற்றற்ற நிலையின் பரவசத்தில் பளிச்செனா, உண்மையின் ஆதிவடிவம் அழகாய்த் தெரிகிறது."

"ஒன்றூன துண்மை - என்றும்
ஒன்றூன துண்மை - அதைக்
கொன்றி டொணாது குறைத்தலொண்ணாது."
– பாரதியார்

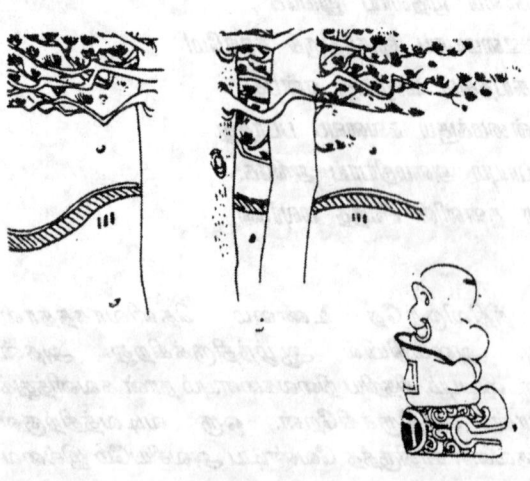

உலக மக்களில் நான் ஒருவனாக...

வெற்றுக் காலுடன் திறந்த மார்புடன்
மக்கள் திரளில் சங்கம மானேன்.
எனது உடைகள் கந்தல், அழுக்கு.
ஆனால் நானோ பரவச நிலையில்.
எனது வாழ்நாள் நீட்டிப் பதற்கு
எந்த மாயமும் செய்யவும் இல்லை.
வற்றிக் காய்ந்து வரண்ட மரங்கள்
சுற்றிலும் என்முன் துளிர்த்துக் தளிர்த்தன.

விளக்கம்:

"என் வாசலுக்குள்ளே இருக்கும் ஆயிரம் துறவிகளுக்கும் என்னைத் தெரியாது. எனது தோட்டத்தின் அழகு கண்களுக்குப் புலப்படாது. எதற்காக ஞானப் பரம்பரையின் சுவடுகளைத் தேட வேண்டும்? எனது மதுச் சீசாவுடன் கடைவீதிக்குச் சென்றேன். என் பணியாட்களுடன் திரும்பி

வந்தேன். மதுக்கடைக்கும் போனேன்; கடைவீதிக்கும் போனேன். நான் யாரை யெல்லாம் பார்த்தேனோ, அவர்களெல்லாம் ஞானம் பெற்றார்கள்."

"மற்றொருநாள் பழங்கந்தை அழுக்கு மூட்டை
வளமுறவே கட்டியவன் முதுகின் மீது
கற்றவர்கள் யணிந்தேத்தும் கமல பாதக்
கருணைமுனி சுமந்துகொண்டென் எதிரே வந்தான்."

— பாரதியார்